ജാനകി

സബാഹ്

തിരുവനന്തപുരം ജില്ലയിലെ
നാവായിക്കുളം കിഴക്കനേല സ്വദേശി.
ഇംഗ്ലീഷ് സാഹിത്യത്തിൽ ബിരുദാനന്തര ബിരുദം.
അനവധി മലയാളം സിനിമകളിൽ
സഹസംവിധായകനായി പ്രവർത്തിച്ചു.
'ടിക്... ടിക്' എന്ന ഹ്രസ്വചിത്രത്തിലൂടെ
മികച്ച ടെലിവിഷൻ സംവിധായകനുള്ള 2010ലെ
സംസ്ഥാന സർക്കാർ അവാർഡ് നേടിയിട്ടുണ്ട്.
ഇപ്പോൾ കേരള നിയമസഭാ സെക്രട്ടേറിയറ്റിൽ
സെക്ഷൻ ഓഫീസർ ആയി ജോലി ചെയ്യുന്നു.

വിലാസം : എസ്.എസ്. മൻസിൽ, വെട്ടിറ പി.ഒ.,
നാവായിക്കുളം, തിരുവനന്തപുരം-695603
Mob: 9895976463
Email: sabahripplemedia@gmail.com

ബാലസാഹിത്യം

ജാനകി

സബാഹ്

Little Green

little green
an imprint of green books private limited
gb building, civil lane road, ayyanthole,
thrissur- 680 003, kerala, ph: +91 487-2381066, 2381039
website: www.greenbooksindia.com
e-mail: info@greenbooksindia.com

branches:
thrissur 8589095302
thiruvananthapuram 8589095301
calicut 8589095307

malayalam
janaki
children's novel
by
sabah

published august 2020

cover design & illustration : muhammed irshad mukkam

isbn : 978-81-946820-0-4

₹ 150.00
GMPL/1129/2020

കുട്ടിക്കാലത്ത് ബാലമാസികകൾ വായിക്കുമ്പോൾ അതിലെ അജ്ഞാതരായ എഴുത്തുകാരുടെ പേരിന് മീതെ വിരലോടിച്ച് അവിടെ സ്വന്തം പേര് അച്ചടിച്ചു വരുന്നതിനെപ്പറ്റി ആലോചിച്ചിരിക്കാൻ വളരെയധികം ഇഷ്ടമായിരുന്നു. ആ ആവേശത്തിൽ നോട്ട്ബുക്കിന്റെ നടുവിൽനിന്നും കടലാസ്സ് വലിച്ചു കീറി ഞാനെഴുതിയ നിരവധി അനവധി കഥകളിലെ മൃഗങ്ങളും പക്ഷികളും കുട്ടികളും മന്ത്രവാദികളുമൊക്കെ 'ആരെങ്കിലും കണ്ടാൽ കളിയാക്കില്ലേ' എന്ന ആത്മധൈര്യമില്ലായ്മയുടെ ചൂണ്ടയിൽ കുടുങ്ങി മുറിയുടെ മൂലയിലുള്ള കാർഡ്ബോർഡ് പെട്ടിക്കുള്ളിലെ ഇരുട്ടിലേക്ക് നിരന്തരം ഉപേക്ഷിക്കപ്പെടാറുണ്ടായിരുന്നു. എങ്കിലും എഴുത്ത് എന്ന ആത്മസുഹൃത്തിന്റെ കൈപിടിച്ചല്ലാതെ ജീവിതത്തിൽ ഇതുവരെയും ഒരു വഴിയും നടന്നുതീർക്കാൻ ഞാൻ ഇറങ്ങിയിട്ടില്ല. അത്തരം ഒരു നടത്തത്തിന്റെ ആലസ്യത്തിലേക്ക് കുട്ടിക്കാലത്തെ ഏതോ മരച്ചില്ലയിൽ നിന്നും ചിറകടിച്ചുവന്ന കഥാപാത്രമാണ് ജാനകി. ഓരോ കുസൃതികൾ ഓർമ്മിപ്പിച്ചുകൊണ്ടും പുതിയ ചില വിക്രിയകൾ കാട്ടിക്കൂട്ടികൊണ്ടും പല ദിവസം എന്റെ പിന്നാലെ പറന്നുവന്നപ്പോൾ അവളെപ്പറ്റി എഴുതിയാലോ എന്നാലോചിച്ചു. അവളുടെ കുരുത്തക്കേടുകൾ ഓരോന്നും കടലാസിലേക്ക് പകർത്തി തുടങ്ങിയപ്പോൾ ഞാൻ തിരിച്ചറിഞ്ഞത് എനിക്ക് ചുറ്റും ജാനകിയുടെ രൂപത്തിൽ പറന്നുനടക്കുന്നതും എന്നോട് വർത്തമാനം പറയുന്നതുമൊക്കെ എന്റെയുള്ളിലെ എഴുതാനുള്ള ആഗ്രഹം തന്നെയാണ് എന്നുള്ളതാണ്.

ആ ആഗ്രഹത്തെ ഈ ചെറിയ പുസ്തകത്തിന്റെ കൂടിനുള്ളിലാക്കി നിങ്ങൾക്ക് മുന്നിൽ സമർപ്പിക്കുന്നു,

അതിനു പുതിയ ആകാശങ്ങളിലേക്കുള്ള
വാതിൽ തുറന്നുകൊടുക്കാൻ നിങ്ങൾ
കൂടെ ഉണ്ടാകുമെന്ന പ്രതീക്ഷയോടെ,
എന്റെ എല്ലാവിധ 'എഴുത്തുചാട്ടങ്ങൾക്കും'
ഒപ്പം നിൽക്കുന്ന പ്രിയപ്പെട്ട സുഹൃത്തുക്കൾക്കും
പ്രിയപ്പെട്ട കുടുംബത്തിനും നന്ദി.

സബാഹ്

ഒന്ന്

കൂട് തുറന്ന് പുതിയ കൂട്ടുകാരനെ കൈത്തണ്ടയിലിരുത്തി പതുക്കെ അതിനുള്ളിലേക്ക് വെയ്ക്കുമ്പോൾ ജാനകി അവനെ എങ്ങനെ സ്വീകരിക്കും എന്ന ആശങ്കയായിരുന്നു മനസ്സു നിറയെ. സത്യം പറഞ്ഞാൽ കഴിഞ്ഞ രണ്ടു ദിവസമായി ഈ കാര്യത്തെപ്പറ്റി ഞങ്ങളെല്ലാവരും നൂറുതവണ തിരിച്ചും മറിച്ചും ആലോചിച്ചതാണ്. ജാനകിക്കൊരു കൂട്ടുകാരനെ വേണം എന്ന് ഞങ്ങൾക്ക് തോന്നിയത് കുറച്ചു നാളുകൾക്കു മുൻപാണ്. ഞാനും അനിയത്തിയും സ്കൂളിലും അമ്മ ഓഫീസിലും അച്ഛൻ കട തുറക്കാനും പോയിക്കഴിഞ്ഞാൽ വൈകുന്നേരം വരെ എത്ര സമയമാണ് ജാനകി കൂട്ടിൽ തനിച്ചിരിക്കുന്നത്? പ്രത്യേകിച്ചും അവളെപ്പോലെ ഒരു വികൃതിത്തത്ത ഒറ്റയ്ക്കിരിക്കുന്ന കാര്യം ആലോചിക്കുവാൻപോലും പ്രയാസമാണ്. അതുകൊണ്ടാണ് അവൾക്ക് മിണ്ടീം പറഞ്ഞും ഇരിക്കാനായി, വീട്ടിൽ തെങ്ങുകയറാൻ വരുന്ന ഭാസ്കരൻമാമനോട് ഒരു ആൺതത്തയെ കിട്ടുമെങ്കിൽ കൊണ്ടുതരണം എന്ന് അച്ഛൻ പറഞ്ഞത്. അച്ഛൻ ഇക്കാര്യം പറഞ്ഞിട്ട് ഏതാണ്ട് മൂന്നു മാസം കഴിഞ്ഞിരിക്കുന്നു. ഇപ്പോൾ ജാനകിക്ക് വീട്ടിൽ ഒറ്റയ്ക്കിരിക്കുന്നത് ബുദ്ധിമുട്ടേയല്ല. ഞങ്ങൾ സ്കൂൾ വിട്ടുവരുന്നതുവരെ അവൾ വളരെ അച്ചടക്കത്തോടെ കൂട്ടിൽത്തന്നെ ഇരിക്കും. എന്നാൽ സ്കൂളീന്ന് ഞാൻ എത്തി അവളുടെ കൂടുതുറന്ന് 'ജാനൂ...' എന്ന് വിളിച്ചാലുടനെ തുടങ്ങുകയായി കുറേ പരാതി, കുറേ വഴക്ക്, കുറേ ബഹളം... അതു കഴിഞ്ഞാലുടൻ കൂട്ടിൽ നിന്നിറങ്ങി എന്റെ ബാഗ് തുറന്ന് അതിൽ നിന്ന് പെൻസിലും പേനയും ബുക്കും ഒക്കെ ചുണ്ടുകൊണ്ട് വലിച്ചെടുത്ത് പുറത്തിട്ട് ഒട്ടും സമയം കളയാതെ പഠനം തുടങ്ങിക്കഴിയും അവൾ.

സ്കൂളിൽ നിന്നെത്തി ജാനുവിന്റെ കൂട്ടിനടുത്തേക്ക് ഓടിച്ചെന്ന് നോക്കുമ്പോഴുണ്ട് അവളുടെ പുതിയ കൂട്ടുകാരൻ അതിനകത്ത് ഒറ്റയ്ക്കിരിപ്പാണ്. ജാനു പുറത്ത് വന്ന് കൂടിനു മുകളിൽക്കൂടി അങ്ങോട്ടും ഇങ്ങോട്ടും നടക്കുകയാണ്. എന്നെ കണ്ടതും പതിവിന്

വിപരീതമായി ഇച്ചിരി ദേഷ്യത്തോടെ അവൾ എന്തൊക്കെയോ പിറുപിറുത്തുകൊണ്ട് തിരിഞ്ഞു നടന്നു.

“ജാനൂ... ചക്കരേ, പിണങ്ങല്ലേ...” ഞാനവളെ അനുനയിപ്പിക്കാൻ നോക്കി. “നോക്ക്, അവനൊരു പാവമല്ലേ...അവൻ നിനക്ക് ഒരു ശല്യവും ഉണ്ടാക്കില്ല. മിണ്ടാതെ ഇരുന്നോളും. നീ പറയുന്നതെല്ലാം കേട്ടോളും.” ഞാൻ പറഞ്ഞതിൽ വിശ്വാസമില്ലാതെ ജാനു തല ചെരിച്ച് എന്നെ ഒന്നു നോക്കി.

ജാനകിയുടെ പുതിയ കൂട്ടുകാരന് പേരിടണമല്ലോ. എന്താണ് അവനു പറ്റിയ പേര്? ഞാൻ ആലോചിക്കുകയായിരുന്നു.

ആയിടെയാണ് അച്ഛന്റെ മൊബൈൽ ഫോണിൽ നിന്ന് ഞങ്ങൾ ‘നൈന്റി സിക്സ്’ എന്ന തമിഴ് സിനിമ കണ്ടത്. അതിലെ നായികയുടെ പേര് ജാനകി എന്നാണ്. നായകന്റെ പേര് റാം എന്നും. ആ സിനിമ ഞങ്ങൾക്ക് വളരെ ഇഷ്ടപ്പെട്ടതാണ്. പിന്നെ മറ്റൊന്നും ആലോചിച്ചില്ല. ജാനകിയുടെ കൂട്ടുകാരന് ‘റാം’ എന്ന് പേരിട്ടു. സൗകര്യംപോലെ റാമിനെ രാമു എന്ന് വിളിക്കാമല്ലോ...

“ജാനു-രാമു” ഒരു ചേർച്ചയൊക്കെയുണ്ട്.

പുതിയ വീട്ടിലേക്ക് മാറിയതുകൊണ്ടാകണം രാമുവിന് ഇത്തിരി വിഷമമുണ്ട്. അവൻ ആരോടും മിണ്ടുകയോ അധികം നടക്കുകയോ ചെയ്യുന്നില്ല. മരക്കൊമ്പിലെ കൂട്ടിൽ നിന്നും കിട്ടിയതിനുശേഷം ഭാസ്കരൻമാമൻ അവനെ കുറേ ദിവസം വീടിന്റെ പുറത്ത് ഒരു കൂട്ടിൽ ഇട്ടിരിക്കുകയായിരുന്നു. അവന്റെ ദേഹം നിറയെ അഴുക്കാണ്. ഈ അടുത്തെങ്ങും വെള്ളം കണ്ടിട്ടുള്ളതിന്റെ ലക്ഷണമേയില്ല. തൂവലൊക്കെ ഒത്തിരി ഉണ്ടെങ്കിലും മിനുപ്പോ തിളക്കമോ ഇല്ല. ജാനകിയാകട്ടെ എത്ര തണുപ്പാണെങ്കിലും രാവിലെ എഴുന്നേറ്റാലുടൻ കൂടിനുള്ളിലുറപ്പിച്ചിരിക്കുന്ന കാനിലെ വെള്ളത്തിൽ തലമുക്കി ഒരു കുളിയുണ്ട്. തലയും ചിറകുമൊക്കെ വെള്ളത്തിൽ മുക്കി മുറിനിറയെ കുടഞ്ഞ് തെറിപ്പിക്കും. എന്നിട്ട് കാലുപയോഗിച്ച് തലമുടി കോതി ‘സ്പൈക്ക്’ ചെയ്ത് അടിപൊളിയാക്കി വെയ്ക്കും. രാവിലെ ചായ കൊടുക്കാൻ നേരം ചിലപ്പോൾ അമ്മ തന്റെ നെറ്റിയിലെ പൊട്ടെടുത്ത് അവളുടെ നെറ്റിയിൽ ഒട്ടിക്കും. അപ്പോഴവളുടെ ചന്തം കാണണം! അതും നെറ്റിയിൽ വെച്ച് മൂടും കുലുക്കിക്കുലുക്കി മുറ്റത്തെ തിണ്ണയിലൂടെ അങ്ങോട്ടുമിങ്ങോട്ടും ഒരു നടത്തമുണ്ട്.

“നയൻതാര തോറ്റുപോകുമല്ലോ.” അപ്പോൾ അനിയത്തി പറയും.

കൂട്ടിൽ കേറാതെ, പുറത്ത് തന്നെ ചുറ്റിനടന്നതിൽനിന്ന്, രാമു വന്നത് ജാനകിക്ക് അത്ര ഇഷ്ടപ്പെട്ടിട്ടില്ലെന്നു മനസ്സിലായി. അവളുടെ ലോകത്തിൽ പുതിയ ഒരു അവകാശി കൂടിയല്ലേ വന്നിരിക്കുന്നത്. അവളുടെ അച്ഛൻ, അവളുടെ അമ്മ, അവളുടെ ചേട്ടൻ - ഈ

ഞാൻ, അവളുടെ ചേച്ചി, അവളുടെ വീട്... അതെല്ലാം ഇനി രാമുവിന് കൂടി പങ്കു വെയ്ക്കേണ്ടേ? അമ്മ പറയും ജാനകിക്ക് അവൾ ഒരു തത്തയാണെന്ന കാര്യം അറിയില്ലായിരിക്കും എന്ന്. ജാനകി അമ്മയുടെ ഇളയ മോളാണെന്നാണ് അവൾ കരുതിയിരിക്കുന്നത് എന്ന് തോന്നും ചില നേരത്ത് അമ്മയോടുള്ള അവളുടെ വാശിയും ബഹളവും ഒക്കെ കണ്ടാൽ. അമ്മയ്ക്കും രാമു വന്നതിൽ ആശയക്കുഴപ്പം ഉണ്ട്. കാരണം രാമുവിനെ കാണുന്നതോടുകൂടി ജാനകി ഒരു തത്തയാണെന്ന കാര്യം അവൾ തിരിച്ചറിയുമല്ലോ എന്നതാണ് അമ്മയുടെ പ്രശ്നം. അച്ഛൻ പിന്നെ അങ്ങനെ ഒന്നും ചിന്തിച്ചിട്ടുണ്ടാവില്ല. ജാനകിക്ക് ഒരു കൂട്ടായിക്കോട്ടെ എന്നു മാത്രമേ കരുതിക്കാണുകയുള്ളൂ.

"ഇന്ന് ജാനുവും രാമുവിനോടൊപ്പം ഈ കൂട്ടിൽത്തന്നെ കിടക്കട്ടെ." അച്ഛൻ പറഞ്ഞു.

എന്നും ഞങ്ങൾ കിടക്കാൻ നേരം പരാക്രമം കാണിച്ച് ജാനകി കൂടിനു പുറത്തേക്ക് ചാടാറുള്ളതാണ്. അമ്മയുടെ പുതപ്പിനുള്ളിൽത്തന്നെയാണ് അവളുടെ കിടപ്പും. വീട്ടിൽ വന്ന് ആറുമാസത്തിനിടയ്ക്ക് ആദ്യത്തെ കുറെ ദിവസങ്ങൾ കഴിഞ്ഞാൽ പിന്നെ വെറും രണ്ടു ദിവസം മാത്രമാണ് ജാനകി കൂടിനുള്ളിൽ കിടന്നിട്ടുള്ളത്. അതും അമ്മയ്ക്ക് പനി വന്നതു കൊണ്ടുമാത്രം. പനിയുടെ മരുന്ന് കഴിച്ച് അമ്മ ഉറക്കത്തിനിടയിൽ അറിയാതെ അവളുടെ പുറത്തെങ്ങാനും കൈയോ കാലോ എടുത്തിട്ടാലോ എന്ന് പേടിച്ചിട്ടാണ് ആ രണ്ടു ദിവസം അവളെ കൂട്ടിൽ കിടത്തിയത്.

"പുതിയ ആൾക്ക് ഒറ്റപ്പെടൽ തോന്നരുതല്ലോ" കൂട് പൂട്ടി ലൈറ്റ് ഓഫ് ചെയ്യുന്നതിനിടയിൽ അച്ഛൻ പറഞ്ഞു.

കൂട്ടിനുള്ളിൽനിന്ന് ജാനകിയുടെ മുറുമുറുപ്പ് കേൾക്കാം. അവൾക്ക് കൂട്ടിൽ കിടക്കുന്നത് ഒട്ടും ഇഷ്ടപ്പെട്ടിട്ടില്ല. പക്ഷേ അച്ഛൻ പറഞ്ഞാൽ അനുസരിക്കാതിരിക്കാൻ പറ്റില്ലല്ലോ.

"രാമുവിനെ ഇനി എല്ലാ കാര്യങ്ങളും ഒന്നേന്ന് പഠിപ്പിച്ചെടുക്കണ്ടേ?" അനിയത്തി ചോദിച്ചു.

"വേണം." ഞാൻ പറഞ്ഞു.

"അവൻ എന്തായിരിക്കും കഴിക്കുന്നത്?"

"അറിയില്ല."

കുളിക്കാനും കൂടിനു പുറത്തുപോയി സ്വന്തം കാര്യങ്ങൾ ചെയ്യാനുമൊക്കെ പഠിപ്പിക്കണം. ഇതുവരെ അവൻ ഒന്നും ഉരിയാടിയിട്ടില്ല. ജാനകിയെപ്പോലെ ഉച്ചത്തിൽ ശബ്ദം വെയ്ക്കാൻ പഠിപ്പിക്കണം. ജാനകിയോട് ഇണങ്ങാൻ പറയണം. അവളിത്തിരി കുറുമ്പ് കാണിച്ചാലും പിണങ്ങരുതെന്ന് പറയണം. നാളെ മുതൽ അവനെ

എന്തൊക്കെയാണ് പഠിപ്പിക്കേണ്ടതെന്ന് ഓരോന്നോരോന്നായി ഞാൻ ഓർത്തുവച്ചു.

"ജാനകി അവന് ട്യൂഷനെടുക്കാതിരുന്നാ മതി." അനിയത്തി പറഞ്ഞു.

അത് ശരിയാണ്. ജാനകിയുടെ സ്വഭാവം വെച്ചു നോക്കുമ്പോൾ അവൾ രാമുവിന് ട്യൂഷനെടുക്കാനാണ് സാദ്ധ്യത. എല്ലാ കാര്യങ്ങളും തനിക്കറിയാം എന്നൊരു തോന്നൽ അവൾക്ക് അല്പം കൂടിയിട്ടുണ്ട്. അതോർത്തപ്പോൾ കൂടിനകത്ത് എന്തായിരിക്കും ഇപ്പോഴത്തെ അവസ്ഥ എന്നറിയാൻ എനിക്ക് ആകാംക്ഷയായി. ഞാൻ പതുക്കെ എഴുന്നേറ്റ് ലൈറ്റ് ഓൺ ആക്കാതെ ജാനകിയുടെ കൂട്ടിനടുത്ത് പോയി നോക്കി. പ്രശ്നങ്ങൾ ഒന്നും തൽക്കാലം ഇല്ല. രാമു എല്ലാവിധ അപരിചിതത്വത്തോടെ കൂട്ടിനുള്ളിലെ പോളിന്റെ ഒരറ്റത്ത് ഇരിക്കുന്നു. ജാനകിയുടെ മുഖത്ത് അത്ര സന്തോഷമൊന്നും ഇല്ല. അവൾക്ക് അമ്മയുടെ അടുത്ത് കിടക്കാൻ പറ്റാത്തതിൽ സഹിക്കാൻ പറ്റാത്ത വിഷമമുണ്ടെന്ന് ആ ഇരിപ്പ് കണ്ടാൽ ത്തന്നെ അറിയാം.

"ടാ, വന്ന് കിടക്ക്... ഏതായാലും നാളെ നേരം വെളുക്കട്ടെ..." അമ്മ പതുക്കെവന്ന് എന്റെ കാതിൽ പറഞ്ഞു. ഞാൻ പകുതി മനസ്സോടെ കിടന്നു. എങ്കിലും എനിക്ക് ഉറക്കം വന്നില്ല.

"അമ്മേ ഞാനും കൂടി അമ്മയുടെ അടുത്ത് കിടന്നോട്ടെ?" നിലത്ത് വിരിച്ച ബെഡിൽ കിടന്നുകൊണ്ട് കട്ടിലിൽ കിടക്കുകയായിരുന്ന അമ്മയോട് ഞാൻ ചോദിച്ചു.

"കേറിവാടാ." അമ്മ വിളിച്ചു.

ഞാൻ പെട്ടെന്ന് തന്നെ കട്ടിലിലേക്കു കയറി അമ്മയെ കെട്ടിപ്പിടിച്ചു കിടന്നു.

"ആത്തിക്കായ പഴുത്തിട്ടുണ്ടെങ്കിൽ നാളെ രാമുവിന് അതീന്ന് ഒരെണ്ണം കൊടുക്കാം അല്ലേ അമ്മേ?" ഞാൻ അമ്മയോട് ചോദിച്ചു.

"കിടന്നുറങ്ങെടാ." അമ്മ സ്നേഹത്തോടെ എന്റെ നെറ്റിയിൽ ഉമ്മ വെച്ചു.

രണ്ട്

ഞങ്ങൾ ഇപ്പോൾ താമസിച്ചുകൊണ്ടിരിക്കുന്ന വീട് അച്ഛന്റെ മുത്തച്ഛന്റെ കാലത്ത് ഉണ്ടാക്കിയതാണ്. നാലു തലമുറകളുടെ പഴക്കമുണ്ടതിന്. എങ്കിലും യാതൊരുവിധ ബലക്ഷയവും ആ വീടിന്

ഇതുവരെയില്ല. ഇനിയൊരു നാലുതലമുറകൂടി ഇതിങ്ങനെ പോകും എന്നാണ് അച്ഛൻ പറയാറ്. എന്നാൽ പെട്ടെന്നൊരു ദിവസം, അമ്മയുടെ ഏറെനാളത്തെ നിർബന്ധം കൊണ്ടുകൂടിയാവണം ഒരു പുതിയ വീട് വെയ്ക്കാൻ അച്ഛൻ തീരുമാനിച്ചു. ഞങ്ങടെ പറമ്പിന്റെ തെക്കേ അറ്റത്തായി റോഡിനോട് ചേർന്നുള്ള സ്ഥലത്തു വേണം പുതിയ വീട് എന്നായിരുന്നു അമ്മയുടെ ആഗ്രഹം. അച്ഛന്റെ കൂട്ടുകാരൻ ആയിരുന്നു എഞ്ചിനീയർ. ആ അങ്കിൾ വന്ന് സ്ഥലം കണ്ടു പോയതിന് ശേഷം അവിടെ നിൽക്കുന്ന മരങ്ങളൊക്കെ മുറിച്ചു മാറ്റുന്നതിനായി അച്ഛൻ രണ്ട് ജോലിക്കാരെ ഏർപ്പാടാക്കി. നാലഞ്ചാറ് ചെറിയ മരങ്ങളും ഒന്ന് രണ്ട് തെങ്ങുകളും മാത്രമേ അവിടെ ഉണ്ടായിരുന്നുള്ളൂ.

സ്കൂൾ ഇല്ലാത്ത ദിവസമായതുകൊണ്ട് മരംമുറിക്കാൻ വന്ന ആളുകളോടൊപ്പം ഒരു സഹായത്തിന് ഞാനും കൂടി. അവർക്ക് അടുത്തുള്ള കടയിൽ പോയി വെറ്റിലമുറുക്കാൻ വാങ്ങിക്കൊടുക്കുക, അമ്മയുടെ അടുത്തുപോയി ഇടയ്ക്കിടെ കുടിക്കാൻ ചൂടുവെള്ളം വാങ്ങികൊണ്ടുവന്നു കൊടുക്കുക ഇതൊക്കെ ആയിരുന്നു എന്റെ ജോലി.

തെങ്ങ് മുറിക്കാൻ വന്ന ഒരു ചേട്ടൻ തെങ്ങിന്റെ ചുവട്ടിൽച്ചെന്ന് തെങ്ങിനെ തൊട്ട് കൈ നെറ്റിയിൽ വെച്ച് നമസ്കരിച്ചു.

“ഞാൻ നിന്നെ മുറിച്ചോട്ടെ.” ആ ചേട്ടൻ തെങ്ങിനോട് ചോദിച്ചു.

തെങ്ങ് മുറിക്കാൻ നേരം തെങ്ങിന്റെ അനുവാദം ചോദിക്കണെമത്രെ. അതാണ് അവരുടെ കീഴ്‌വഴക്കമെന്ന് ചേട്ടൻ പറഞ്ഞു. മനുഷ്യൻ പ്രകൃതിയെ ബഹുമാനിക്കാതെ മരം മുറിക്കുകയും കുന്നിടിച്ച് മാറ്റുകയും വയൽ നികത്തുകയും ചെയ്യുന്നത് കുറ്റമാണെന്ന് മലയാളം മാഷ് രണ്ടു ദിവസം മുൻപ് പറഞ്ഞ കാര്യം അപ്പോൾ ഞാൻ ഓർത്തു. പണ്ടൊക്കെ ആളുകൾ വീട് വെയ്ക്കുന്നതും കൃഷിക്ക് പുരയിടങ്ങൾ തയ്യാറാക്കുന്നതും പ്രകൃതിക്ക് കോട്ടം വരുത്താതെ ആയിരുന്നത്രെ.

“ദാ, ഇത് നോക്കിയേ..!” മുറിക്കുന്നതിന് മുൻപ് തെങ്ങിന്റെ മുകളിലേക്ക് വടം കെട്ടുന്നതിനായി കയറിപ്പോയ ചേട്ടൻ എന്തോ ഒരതിശയം കണ്ടമട്ടിൽ വിളിച്ചു പറഞ്ഞു.

മണ്ടപോയ തെങ്ങിന്റെ നെറുകയിലെ പൊത്തിൽനിന്നും ആ ചേട്ടൻ കൈകൊണ്ട് എന്തോ ഒരു സംഗതി എടുത്ത് മടിയിൽ ഭദ്രമായി വെച്ചതിന് ശേഷം വളരെ സൂക്ഷിച്ച് താഴേക്കിറങ്ങിവന്നു. ഞാൻ ഓടിച്ചെന്ന് നോക്കുമ്പോഴുണ്ട് അതൊരു കിളിക്കൂടാണ്. അതിനകത്ത് ഇന്നലെ വിരിഞ്ഞപോലെ രണ്ടു ചെറിയ കിളിക്കുഞ്ഞുങ്ങൾ.

“തത്തക്കുഞ്ഞുങ്ങളാണ്.” അതും പറഞ്ഞുകൊണ്ട് ചേട്ടൻ കൂടുമായി നേരെ അമ്മയുടെ അടുത്തേക്കാണ് പോയത്.

“ചേച്ചീ, ഇതു കണ്ടോ?” ചേട്ടൻ അമ്മയെ വിളിച്ചു.

അടുക്കളയിൽ ചോറും കറിയും വെയ്ക്കുകയായിരുന്ന അമ്മ വിളി കേട്ട് പുറത്തേക്ക് വന്നു.

“അയ്യോ, കണ്ണു തുറക്കാത്ത കുഞ്ഞുങ്ങളാണല്ലൊ.” അമ്മ തലയിൽ കൈ വെച്ചു. “ഈ കുഞ്ഞുങ്ങളെ ഇനി എന്തുചെയ്യും?”

“പറമ്പിൽ വെച്ചാ വല്ല കഴുകനോ കീരിയോ വന്നു പിടിച്ചോണ്ടു പോവും.” ചേട്ടൻ കൂട് വളരെ സൂക്ഷിച്ച് അടുക്കളയുടെ നിലത്തേക്കു വെച്ചു. “ചേച്ചി ഒരുകാര്യം ചെയ്യ്. ഒരു കുട്ട കമിഴ്ത്തി ആ മൂലയ്ക്കെങ്ങാനും തൽക്കാലം വെച്ചേക്ക്. വൈകുന്നേരം ഞാൻ വന്നെടുത്തോളാം.”

അപ്പോഴേക്കും അനിയത്തി അവളുടെ പുസ്തകങ്ങൾ സൂക്ഷിച്ചിരുന്ന കാർഡ്ബോർഡ് പെട്ടി എടുത്തുകൊണ്ടുവന്നു. അമ്മ രണ്ട് കിളിക്കുഞ്ഞുങ്ങളെയും കൂട്ടിൽ നിന്നും ഭദ്രമായി പൊക്കിയെടുത്ത് പെട്ടിക്കകത്ത് വെച്ചു. പിന്നെ ഞാൻ പറമ്പിലേക്ക് തിരിച്ചുപോയില്ല.

“ഇന്ന് നിങ്ങൾ രണ്ടാൾക്കും കുടിക്കാൻ പാലില്ല.” അമ്മ എന്റെയും അനിയത്തിയുടെയും കാലത്തുള്ള റേഷൻ റദ്ദാക്കി. “ഈ പാവങ്ങൾ കുടിക്കുന്നെങ്കിൽ അവർക്കു കൊടുക്കാം.”

ഞങ്ങൾ പാലുകുടിക്കുന്നതിനേക്കാൾ കിളിക്കുഞ്ഞുങ്ങൾ അത് കുടിക്കുന്നത് കണ്ടിരിക്കാനായിരുന്നു എനിക്കും അനിയത്തിക്കും ഇഷ്ടം. അമ്മ ഒരു സ്റ്റീൽകിണ്ണത്തിൽ തിളപ്പിച്ച പാൽ ഒഴിച്ച് ആറ്റി, ചെറിയ കരണ്ടികൊണ്ട് അതു കോരി കിളിക്കുഞ്ഞുങ്ങളുടെ വായിലേക്ക് ഇറ്റിച്ചു. ഏറെനേരം ഒന്നും കിട്ടാതെ വിശന്ന് ഇരുന്നതുകൊണ്ടാവും രണ്ടാളും വായ പൊളിച്ച് ഏതാനും കരണ്ടി പാൽ അകത്താക്കി. അപ്പോൾ അനിയത്തിക്കും ഒരാഗ്രഹം, ഒരു കരണ്ടി പാൽ അവൾക്കും കോരിക്കൊടുക്കണമെന്ന്. അമ്മയോട് കെഞ്ചിപ്പറഞ്ഞപ്പോൾ അമ്മ അനുവാദം കൊടുത്തു. പക്ഷേ കുഞ്ഞിക്കിളികളുടെ ദേഹത്തോ ചുണ്ടിലോ കരണ്ടി തട്ടാതെ സൂക്ഷിച്ച് പാൽ ഇറ്റിച്ച് കൊടുക്കുന്നതിനായി അമ്മകൂടി അവളുടെ കൈയിൽ പിടിച്ചിട്ടുണ്ടായിരുന്നു. അവളുടെ കൈയ്യിൽ നിന്നും കിളിക്കുഞ്ഞുങ്ങൾ പാൽ കുടിച്ചതോടെ അവളുടെ സന്തോഷത്തിന് അതിരില്ലാതായി.

“അമ്മേ, വൈകുന്നേരം ആ ചേട്ടൻ വരുമ്പോ ഇവരെ നമുക്ക് കൊടുക്കണ്ടമ്മേ.” അവൾ അമ്മയോട് കെഞ്ചി.

“അച്ഛൻ വന്നാ വഴക്ക് പറയും. ഇവിടെ അല്ലെങ്കിൽത്തന്നെ ഇവരെ നോക്കാൻ ആരാ ഉള്ളത്?” അമ്മ അവളുടെ കൊഞ്ചലിന് ചെവി കൊടുത്തില്ല.

സത്യം പറഞ്ഞാൽ മരം മുറിക്കാൻവന്ന ചേട്ടൻ പണികഴിഞ്ഞ് വൈകുന്നേരം തിരിച്ചു പോകുന്നതുവരെ "ആ ചേട്ടൻ കിളിക്കുഞ്ഞുങ്ങളെ എടുക്കാൻ വരല്ലേ" എന്നായിരുന്നു എന്റെയും അനിയത്തിയുടെയും പ്രാർത്ഥന. ഞങ്ങളുടെ പ്രാർത്ഥന ഫലിച്ചതു കൊണ്ടാകണം പോകാൻനേരം ആ ചേട്ടൻ കിളിക്കുഞ്ഞുങ്ങളെ എടുക്കാൻ വന്നില്ല.

"അയ്യോ അയാള് എന്ത് പണിയാ കാണിച്ചത്? ഈ കുഞ്ഞുങ്ങളെ എടുക്കാതെ പോയോ?" ചേട്ടൻ പോയ കാര്യം അറിഞ്ഞപ്പോൾ അമ്മ തലയിൽ കൈവച്ചു.

"കിക്കീ..." പെട്ടെന്ന് അമ്മ പറഞ്ഞതിന് മറുപടിയെന്ന പോലെ ഒരു കുഞ്ഞുശബ്ദം അടുക്കളയുടെ മൂലയിലിരുന്ന കാർഡ്ബോർഡ് പെട്ടിയിൽ നിന്നും പുറത്തേക്കുവന്നു. ആ ശബ്ദം കേട്ട് അമ്മ ഒരു നിമിഷം അന്തം വിട്ടു നിന്നു! പിന്നെ അതിശയത്തോടെ ഓടിച്ചെന്ന് കാർഡ്ബോർഡ് പെട്ടി തുറന്നു നോക്കി. രണ്ടു ജോടി കുഞ്ഞിക്കണ്ണുകൾ അമ്മയെ ദയനീയമായി നോക്കുകയാണ്.

"എന്താ മക്കളേ...?" അമ്മ കിളികുഞ്ഞുങ്ങളോട് ചോദിച്ചു.

'കിക്കീ' വിളിയുടെ മറുപടിയെന്നോണം ആയിരുന്നു അമ്മ അത് ചോദിച്ചത് എന്നു തോന്നും അമ്മയുടെ മുഖഭാവം കണ്ടാൽ. കിളിക്കുഞ്ഞുങ്ങൾ രണ്ടുപേരും കണ്ണെടുക്കാതെ അമ്മയെത്തന്നെ നോക്കി നിൽക്കുകയാണ്. അമ്മ സ്നേഹത്തോടെ ആ കിളിക്കുഞ്ഞുങ്ങളുടെ നെറുകയിൽ തലോടി. അമ്മയുടെ ആ സ്നേഹപ്രകടനം കണ്ടപ്പോൾത്തന്നെ ഞങ്ങൾക്ക് മനസ്സിലായി ഇനി ആ കിളിക്കുഞ്ഞുങ്ങൾ ഞങ്ങളുടെ വീട്ടിൽ നിന്ന് എങ്ങോട്ടും പോകാൻ പോണില്ല എന്ന്.

അച്ഛൻ കട അടച്ചു വീടെത്തും വരെ പിന്നെ അടുത്ത പ്രാർത്ഥനയായി. അച്ഛൻകൂടി സമ്മതിച്ചെങ്കിൽ മാത്രമേ തത്തക്കുഞ്ഞുങ്ങളെ വീട്ടിൽ വളർത്തുന്ന കാര്യം നടക്കൂ എന്ന് അമ്മ പറഞ്ഞു. അമ്മയ്ക്ക് എപ്പോഴും അങ്ങനെയാണ്. ഏത് കാര്യത്തിനും അച്ഛന്റെ അനുവാദം വാങ്ങണം. ശരിക്കും അമ്മ പറഞ്ഞാൽ അച്ഛൻ ഒരു കാര്യത്തിനും എതിരു പറയില്ല. അമ്മ ഒരു കാര്യം അവതരിപ്പിച്ചു കഴിയുമ്പോൾ "ങ്ഹാ... ശരി ആയിക്കോട്ടെ" അതായിരിക്കും അച്ഛന്റെ മറുപടി. പക്ഷേ ഇക്കാര്യത്തിലെങ്ങാനും ആദ്യമായിട്ട് ഒരു എതിർപ്പ് അച്ഛൻ പറഞ്ഞാലോ..? അതോർത്തപ്പോൾ ഞങ്ങൾക്ക് അങ്കലാപ്പ് കൂടി.

രാത്രി അച്ഛന്റെ സ്കൂട്ടർ പുറത്ത് വന്നു നിന്നപ്പോൾ പതിവിനു വിപരീതമായി എന്റെയും അനിയത്തിയുടെയും നെഞ്ചിൽ പടപട ഇടിയുടെ വേഗം കൂടി.

ഭക്ഷണം കഴിച്ച് അച്ഛൻ ടേബിളിൽ നിന്നെഴുന്നേറ്റ് കൈകഴുകി വാഷ്ബേസിനിലെ ടാപ്പ് അടയ്ക്കവേ അമ്മ അടുക്കളയിൽനിന്നും വിളിച്ച് പറഞ്ഞു. "രണ്ട് പുതിയ ആൾക്കാർകൂടി ഇവിടെ താമസത്തിന് വന്നിട്ടുണ്ട്."

കൈയിലെ വെള്ളം ലുങ്കിയുടെ കോന്തലയിൽ തുടച്ചുകൊണ്ട് ഒന്നും മനസ്സിലാകാതെ 'ആരാ?' എന്ന ഭാവത്തിൽ അച്ഛൻ ഞങ്ങളെ നോക്കി. അനിയത്തി അന്നേരം അടുക്കളയിലേക്ക് കൈ ചൂണ്ടിക്കാണിച്ചു. അച്ഛൻ ഇനി എന്താവും പറയാൻ പോകുന്നത് എന്ന കാര്യത്തിൽ ഞങ്ങൾ രണ്ടാൾക്കും നല്ല പേടിയുണ്ടായിരുന്നു. അച്ഛൻ അടുക്കളയിൽ ചെന്നതും പാത്രം കഴുകിക്കൊണ്ടു നിൽക്കുകയായിരുന്ന അമ്മ അതു നിർത്തിയിട്ടുവന്ന് കാർഡ്ബോർഡ് പെട്ടി തുറന്നു കാണിച്ചു. മീശയിലും താടിയിലും പറ്റിപ്പിടിച്ചിരുന്ന വെള്ളത്തുള്ളികൾ ലുങ്കിപിടിച്ച് തുടയ്ക്കുന്നതിനിടെ അച്ഛൻ അമ്മയോട് ഇവരെ എവിടുന്ന്കിട്ടി എന്ന് ചോദിച്ചു. അമ്മ കാലത്ത് നടന്ന കാര്യങ്ങളെല്ലാം പറഞ്ഞു.

"എങ്ങനെ ഇവറ്റകളെ വളർത്തിയെടുക്കും? പിഞ്ചുകുഞ്ഞുങ്ങളല്ലേ?" അച്ഛൻ കാർഡ്ബോർഡ് പെട്ടിക്കുള്ളിലേക്ക് നോക്കി സംശയം പ്രകടിപ്പിച്ചു.

"നോക്കാം. പാലു കൊടുത്തപ്പോ കുടിക്കുന്നുണ്ട്." അമ്മ പറഞ്ഞു.

"ശരി." എന്ന് പറഞ്ഞുകൊണ്ട് അച്ഛൻ തിരിഞ്ഞ് നടന്നു.

അച്ഛൻ നടക്കാൻ തുടങ്ങിയതും "കിക്കീ..." എന്ന് വീണ്ടും പെട്ടിക്കകത്ത് നിന്നും ഒരു കരച്ചിൽ. "കേട്ടോ, നിങ്ങൾ പറഞ്ഞതിന് മറുപടിയാ." അമ്മ അച്ഛനോടു പറഞ്ഞു.

"ആണോ...?" അച്ഛൻ അതിശയപ്പെട്ടു. "എന്താ പറഞ്ഞത്?"

"ശരി... നോക്കാം എന്നാണ്." അമ്മ കാർഡ്ബോർഡ് പെട്ടിയുടെ മുകൾഭാഗം അടച്ചു.

അച്ഛൻ അനുവാദം തന്നതോടുകൂടി എനിക്കും അനിയത്തിക്കും അങ്കലാപ്പ് മാറിയെന്ന് മാത്രമല്ല സന്തോഷം കാരണം കിടന്നിട്ട് ഉറക്കവും വന്നില്ലെന്ന് പറയാം.

"അമ്മ എവിടുന്നാവും ഈ കിളികളുടെ ഭാഷ പഠിച്ചിട്ടുള്ളത്?" പുതപ്പു വലിച്ചു മൂടാൻ നേരം അനിയത്തി ചോദിച്ചു.

ശരിയാണ്. എനിക്കും ആ സംശയം തോന്നാതിരുന്നില്ല. അമ്മയ്ക്ക് എല്ലാം പെട്ടെന്ന് പഠിക്കാൻ പറ്റുമായിരിക്കും. ഞാൻ വിചാരിച്ചു.

മൂന്ന്

"ഒരാളുടെ കാര്യം ഇച്ചിരി കഷ്ടത്തിലാണ്." രാവിലെ കിടക്കേന്ന് എഴുന്നേറ്റ് ഓടി അടുക്കളയിലേക്ക് ചെന്ന എന്നോട് അമ്മ പറഞ്ഞു. അമ്മ പുലർച്ചെതന്നെ ഉണർന്ന് അടുക്കളയിൽ ചെന്ന് കാർഡ് ബോർഡ് പെട്ടിയിൽനിന്ന് രണ്ട് കിളിക്കുഞ്ഞുങ്ങളെയും എടുത്ത് അടുക്കളയുടെ സ്ലാബിന് മുകളിൽവെച്ച് പാലും ബിസ്കറ്റുമൊക്കെ കൊടുത്തു കഴിഞ്ഞിരുന്നു. അമ്മ പറഞ്ഞത് ശരിയാണ്. ഒരു കിളി ക്കുഞ്ഞിന് നേരാംവണ്ണം എഴുന്നേറ്റ് നില്ക്കാൻപോലും പറ്റുന്നില്ല. ഒരെണ്ണം വേച്ചുവേച്ച് എങ്ങനെയെങ്കിലും വീഴാതെ നിൽക്കുന്നുണ്ട്.

"ദേഹത്ത് തൂവല് പോലും കിളിർത്തിട്ടില്ല. തള്ളയുടെ ചിറകി നടിയിലിരിക്കേണ്ട സമയമാണ്. രാത്രിയിലെ തണുപ്പൊന്നും ഇവർ ക്കിപ്പോ സഹിക്കാൻ പറ്റില്ല." അമ്മയുടെ വർത്തമാനത്തിൽ നമ്മൾ ഇനി എന്തുചെയ്യും എന്ന ഒരു ധ്വനിയുണ്ട്.

"സാരമില്ലമ്മേ... രണ്ടാളും ഉഷാറായിട്ട് വരും." ഞാൻ പ്രതീക്ഷ പ്രകടിപ്പിച്ചു.

"കിളിക്കുഞ്ഞുങ്ങളുടെ കളി കണ്ടോണ്ട് നിന്നാ ഇന്ന് സ്കൂളിൽ പോക്കുണ്ടാവില്ല." രാവിലെതന്നെ അമ്മ വെപ്രാളം പിടിപ്പിക്കാൻ തുടങ്ങി. നേരം വെളുത്ത് ഉറക്കമെണീറ്റാലുടൻ എന്നെയും അനിയ ത്തിയേയും സ്കൂളിൽ പോണ കാര്യം പറഞ്ഞ് ആവശ്യമില്ലാതെ ഇങ്ങനെ ധൃതി പിടിപ്പിക്കുന്നതിൽ അമ്മയ്ക്ക് വലിയ ഉത്സാഹ മാണ്.

"ചേച്ചിയേയ്, ഈ വടവും കോടാലിയും ഞാനിങ്ങെടുക്കുന്നേ..." തലേന്ന് വീടിന്റെ പരിയംപുറത്ത് വെച്ചിട്ടു പോയ മരം മുറിക്കുന്ന ഉപകരണങ്ങൾ എടുക്കാൻ വന്ന ചേട്ടൻ അമ്മയോട് വിളിച്ചു പറഞ്ഞു.

"ങ്ഹാ നല്ല ആളാണ്. വൈകുന്നേരം ഈ കിളിക്കുഞ്ഞുങ്ങളെ എടുത്തോണ്ട് പോകാന്ന് പറഞ്ഞിട്ട് പിന്നെ ഈ വഴി കണ്ടില്ലല്ലോ." അടുപ്പിലിരുന്ന ഉപ്പുമാവ് തവികൊണ്ടൊന്നിളക്കി ഗ്യാസ് സിമ്മിൽ ഇടുന്നതിനിടെ അമ്മ വിളിച്ചു ചോദിച്ചു.

"ഞാനിന്ന് വൈകിട്ട് ഈ വഴി വന്നോളാം." ആ ചേട്ടൻ വട ത്തിന്റെ വലിയ വളയം എടുത്ത് സൈക്കിളിന്റെ ഹാന്റിലിൽ തൂക്കി യിട്ടു.

"ഇനി ഈ കുഞ്ഞുങ്ങളെ എടുക്കാനായി ഈ വഴി വരണ മെന്നില്ല കേട്ടോ" അമ്മ അകത്തുനിന്നും വിളിച്ചു പറഞ്ഞതു കേട്ട് ആ ചേട്ടൻ മുറ്റത്ത് നിൽക്കുകയായിരുന്ന എന്നെ നോക്കി

കണ്ണിറുക്കിച്ചിരിച്ചുകൊണ്ട് വേഗം തന്നെ സൈക്കിളിൽ കയറി 'ക്ണിം...' എന്ന് മണിമുഴക്കി ഗേറ്റ് കടന്നു പോയി.

സ്കൂളിൽ ചെന്നിട്ട് എനിക്ക് ഇരിക്കപ്പൊറുതിയുണ്ടായില്ല. എങ്ങനെയെങ്കിലും നാലുമണിയായി സ്കൂൾവിട്ട് വീട്ടിലെത്തി യാൽമതി എന്ന ഒറ്റച്ചിന്ത മാത്രമേ ഉണ്ടായിരുന്നുള്ളൂ. മാഷന്മാർ വന്ന് പഠിപ്പിക്കുന്നത് ഒന്നും തലയിലോട്ടു കേറുന്നില്ല, എന്നുമാത്രമല്ല ഇന്റർവെല്ലിന് കൂട്ടുകാരോടൊപ്പം കളിക്കാൻ പോലും തോന്നിയില്ല. അമ്മയും അച്ഛനും ഞാനും അനിയത്തിയും പോയിക്കഴിഞ്ഞാൽ കിളിക്കുഞ്ഞുങ്ങൾ വീട്ടിൽ തനിച്ചല്ലേ? ആ ഇരുട്ടുപെട്ടിക്കകത്താണെങ്കിൽ വെളിച്ചത്തിന്റെ ഒരു കീറുപോലും കടക്കില്ല. ഇരുട്ടിൽ കിളിക്കുഞ്ഞുങ്ങൾക്ക് പേടിയായയാലോ? വൈകുന്നേരം വരെ വിശക്കാതെ അവരെങ്ങനെ ഇരിക്കും? എന്റെ മനസ്സിലൂടെ പലപല ചോദ്യങ്ങൾ കടന്നുപോയി.

"കുട്ടികളേ, ഏതാനും ദിവസമായി മഴ മാറിനിൽക്കുന്നത് നിങ്ങൾ ശ്രദ്ധിക്കുന്നുണ്ടോ?" അഞ്ചാമത്തെ പിരിയേഡ് മലയാളം മാഷ് ക്ലാസ് തുടങ്ങി.

"ഉണ്ട്..." ക്ലാസ് ഒന്നടങ്കം ആർത്തു വിളിച്ചു.

മലയാളം മാഷിന്റെ ക്ലാസിൽ കുട്ടികൾ അങ്ങനെയാണ്. മാഷ് എന്ത് ചോദ്യം ചോദിച്ചാലും എല്ലാവരും വലിയ ഉത്സാഹത്തിൽ ഒന്നിച്ച് ഉത്തരം വിളിച്ചു പറയും. കുട്ടികളെ ആരേയും വഴക്ക് പറയുകയോ പേടിപ്പിക്കുകയോ ചെയ്യാത്തതു കൊണ്ട് മാഷെ കുട്ടികൾക്കെല്ലാം വലിയ ഇഷ്ടമാണ്.

"ഈ അടുത്ത ദിവസങ്ങളിലായി കാണുന്ന വെയിലിന് കണ്ണാടി പോലെ തെളിച്ചമുണ്ടോ?" മാഷ് അടുത്ത ചോദ്യം ചോദിച്ചു.

"ഉണ്ട്..." കുട്ടികളുടെ അടുത്ത ആർപ്പുവിളി.

"ചെടികൾക്കും മരങ്ങൾക്കും മിഴിവ് കൂടീട്ടുണ്ടോ?"

"ഉണ്ട്..."

"കിളികൾ പാട്ടു പാടുന്നത് കേൾക്കുന്നുണ്ടോ?"

"ഉണ്ട്... ഉണ്ട്..."

മാഷ് ചോദിക്കുന്നതെല്ലാം ശരിയാണല്ലോ. ഈ അടുത്ത ദിവസങ്ങളിലായി തിളങ്ങുന്ന വെയിലാണെങ്കിലും വലിയ ചൂടില്ല. ചെടികളുടെ ഇലകൾക്ക് നല്ല പച്ചനിറം വന്നിട്ടുണ്ട്. പറമ്പിലെ മരങ്ങളിൽ നിന്നെല്ലാം കിളികളും അണ്ണാനും ബഹളം വെയ്ക്കുന്നത് കേൾക്കുന്നുണ്ട്. അന്തരീക്ഷത്തിനാകെ പുതിയൊരു ഒരു ഭംഗി കൈവന്നിട്ടുണ്ട്.

"എന്താ കാര്യം...?" മാഷ് അടുത്ത ചോദ്യം തൊടുത്തു.

അസ്ത്രംവിട്ടപോലെ അപ്രതീക്ഷമായി വന്ന ആ ചോദ്യം കേട്ട് ക്ലാസ് നിശ്ശബ്ദമായി. ആർക്കും അതിന് ഉത്തരമുണ്ടായിരുന്നില്ല.

"എന്തായിരിക്കും കാര്യം?" കുട്ടികൾ പരസ്പരം നോക്കി.

"ഉത്തരമറിയാവുന്ന ആരെങ്കിലും ഉണ്ടോ?" മാഷ് ഒരവസരം കൂടി കുട്ടികൾക്ക് നൽകി. പക്ഷേ ആർക്കും എന്താണ് ഈ മാറ്റങ്ങൾക്ക് കാരണം എന്നറിയില്ലായിരുന്നു.

"അത് മറ്റൊന്നും കൊണ്ടല്ല കുഞ്ഞുങ്ങളേ.." മാഷ് ചെറുചിരിയോടെ ക്ലാസ്മുറിയുടെ ജനാലയുടെ അടുത്തേക്ക് ചെന്ന് പുറത്ത് ഗ്രൗണ്ടിനോട് ചേർന്ന് നിറയെ ഇലകളും പൂക്കളുമായി നില്ക്കുന്ന പുളിമരത്തെ ഒന്ന് നോക്കി. എന്നിട്ട് തിരിഞ്ഞ് കുട്ടികളോട് പറഞ്ഞു "ഓണം എത്താറായില്ലേ? ഓണക്കാലമാവുമ്പോൾ നിങ്ങളെപ്പോലെതന്നെ പ്രകൃതിയും സന്തോഷിക്കില്ലേ?"

"സന്തോഷിക്കും..." ഉത്തരം കിട്ടിയ ആവേശത്തിൽ കുട്ടികൾ തിരമാലപോലെ വീണ്ടും ആർത്തു വിളിച്ചു.

"ഓണത്തെക്കുറിച്ച് ഒരു കഥ കേൾക്കാൻ ഇഷ്ടമുണ്ടോ?"

മാഷ് ചോദിക്കേണ്ട താമസം കടൽപോലെ ആവേശഭരിതരായി "ഇഷ്ടമുണ്ട്, ഇഷ്ടമുണ്ട്" എന്ന് കുട്ടികൾ വിളിച്ചു പറഞ്ഞു.

എത്ര തവണ കേട്ട കഥയാണെങ്കിലും മാഷ് പറയുമ്പോൾ അത് ആദ്യം കേൾക്കുന്ന കഥയായിട്ടേ തോന്നുകയുള്ളൂ. ഓരോ തവണയും പുതിയ എന്തെങ്കിലും അത്ഭുതങ്ങൾ മാഷ് ആ കഥകൾക്കുള്ളിൽ ഒളിപ്പിച്ചു വെച്ചിരിക്കും. ശൂന്യമായ തൊപ്പിക്കുള്ളിൽനിന്ന് മജീഷ്യൻ പ്രാവിനെ എടുത്ത് പറത്തുംപോലെ, കഥ പറയുന്നതിനിടെ കൗതുകങ്ങളുടെ ചെപ്പ് തുറന്ന് അതിശയത്തിന്റെ പ്രാവുകളെ മാഷ് ക്ലാസ് മുറിക്കകത്തു പറത്തിവിടും.

മാഷ് കഥ തുടങ്ങിയപ്പോൾ വലിച്ചുകെട്ടിയ തിരശ്ശീലയിലൂടെ ഒഴുകിപ്പോകുന്ന ചലച്ചിത്രത്തിലെന്നപോലെ മഹാബലി ചക്രവർത്തിയും അദ്ദേഹത്തിന്റെ സുന്ദരമായ രാജ്യവും കണ്മുന്നിലൂടെ മിന്നിമറഞ്ഞു പോയി. സ്നേഹിക്കുന്ന മനുഷ്യരും കലപില വർത്തമാനം പറയുന്ന പക്ഷികളും നൃത്തംചെയ്യുന്ന പൂന്തോട്ടങ്ങളും തുള്ളിച്ചാടിനടക്കുന്ന അരുവികളും പരിമളമുള്ള കാറ്റും എല്ലാം മഹാബലി ചക്രവർത്തിയുടെ ഓലക്കുടയുടെ തണൽപറ്റി അദ്ദേഹം പോകുന്ന വഴികളിലൂടെ സഞ്ചരിച്ച് കൊണ്ടിരുന്നു.

"മനുഷ്യരുടെ ക്ഷേമംപോലെതന്നെ മഹാബലി ചക്രവർത്തി മറ്റു ജീവജാലങ്ങളുടെ ക്ഷേമവും ഉറപ്പുവരുത്തുമായിരുന്നു. മനുഷ്യജീവനെപ്പോലെതന്നെയാണ് മറ്റെല്ലാ ജീവികളിലും ജീവൻ

INDIA

നിലനിൽക്കുന്നത്. അതുകൊണ്ട് നമ്മൾ മനുഷ്യനോട് കാണിക്കുന്ന പരിഗണനന മറ്റുള്ള ജീവികളോടും കാണിക്കണം." മാഷ് കഥ പറഞ്ഞവസാനിപ്പിച്ചു.

എനിക്ക് എത്രയുംവേഗം വീട്ടിലെത്തി കിളിക്കുഞ്ഞുങ്ങളെ കണ്ടാൽ മതിയെന്നായി. കാരണം ഇപ്പോൾ ആ കിളിക്കുഞ്ഞുങ്ങളെ ഞാൻ അത്രയധികമാണ് ഇഷ്ടപ്പെടുന്നത്.

തിരിച്ച് സ്കൂൾബസ്സിലിരിക്കുമ്പോൾ ബസ്സിന് വേഗം പോരാ എന്നൊരു തോന്നൽ. ഇന്ന് പതിവിലും വിപരീതമായി കുട്ടികളെ ഇറക്കുന്ന സ്റ്റോപ്പുകളുടെ എണ്ണം കൂടിയോ? ഞാൻ അസ്വസ്ഥപ്പെടുന്നതു കണ്ട് അനിയത്തിക്ക് ചിരിയായി. "ഇപ്പൊ എത്തും." അവൾ എന്നെ സമാധാനിപ്പിച്ചു.

ബസ്സിറങ്ങിയതും ഞാൻ ഓടിപ്പോയി വീടിന്റെ താക്കോൽ അമ്മ വെച്ചിട്ടുപോകാറുള്ള കാർഷെഡിലെ തൂണിന്റെ ഇളകിയിരിക്കുന്ന ചുടുകട്ടയുടെ വിടവിലേക്ക് നോക്കി.

അവിടെ താക്കോൽ കാണുന്നില്ലല്ലോ.

അമ്മ ഓഫീസിൽ പോകുമ്പോൾ താക്കോൽ വെയ്ക്കാൻ അങ്ങനെ മറക്കുന്നതല്ല. ഓഫീസ് വിട്ട് വരാൻ വൈകുന്നതു കൊണ്ട് ഞങ്ങൾക്ക് വീട് തുറന്നു കയറാൻ വേണ്ടിയാണ് അമ്മ താക്കോൽ അവിടെ വെയ്ക്കുന്നത്.

"ചേട്ടാ, അമ്മ ദാ ഇവിടെയുണ്ട്." അനിയത്തി വിളിച്ചു പറഞ്ഞു.

സ്കൂൾബാഗ് ഹാളിൽ ഉപേക്ഷിച്ച് അടുക്കളയിലേക്ക് ഞാൻ ഓടിച്ചെന്നു. അമ്മ പതിവിലും നേരത്തേ ഓഫീസിൽ നിന്ന് എത്തിയിരുന്നു. കിളിക്കുഞ്ഞുങ്ങളെ നോക്കാനും അവർക്ക് ഭക്ഷണം കൊടുക്കാനും വേണ്ടിയാണ് അമ്മ നേരത്തേ വന്നിരിക്കുന്നത്.

"ഒരാള് പോയി..." എന്നെക്കണ്ടതും സങ്കടത്തോടെ അമ്മ പറഞ്ഞു.

ഞാൻ കാർഡ്ബോർഡ് പെട്ടിക്കകത്തു നോക്കുമ്പോഴുണ്ട് ഒരു കിളിക്കുഞ്ഞ് മാത്രമേ അതിനകത്തുള്ളൂ. അവശനിലയിലായിരുന്ന കിളിക്കുഞ്ഞ് അവിടെയില്ല.

"അതിന് പിടിച്ചു നിക്കാൻ പറ്റില്ലാന്ന് എനിക്ക് തോന്നിയിരുന്നു." പെട്ടിക്കകത്തുണ്ടായിരുന്ന കിളിക്കുഞ്ഞിനെ അമ്മ പതുക്കെ ഉള്ളം കൈയ്യിലെടുത്തു വെച്ചു. അത് അമ്മയുടെ മുഖത്ത് നിന്നും കണ്ണെടുക്കാതെ മിഴിച്ച് നോക്കികൊണ്ടിരിക്കുകയാണ്.

"ഇത് പെൺകുഞ്ഞാണ്." അമ്മ പറഞ്ഞു.

"അതെങ്ങനെ അമ്മയ്ക്കറിയാം?" ഞാൻ ചോദിച്ചു.

“പെൺപിള്ളേർ അങ്ങനെ പെട്ടെന്നൊന്നും തോറ്റു കൊടുക്ക ത്തില്ല. അവസാനം വരെ പിടിച്ച് നിൽക്കും, അല്ലേടീ കിങ്ങിണീ...” അനിയത്തിയെക്കൂടി ആ പറഞ്ഞതിന് അമ്മ കൂട്ടുപിടിച്ചു.

“സീതാദേവിയുടെ കഥ നീ കേട്ടിട്ടുണ്ടോ കുഞ്ഞിപ്പെണ്ണേ?” അമ്മ കിളിക്കുഞ്ഞിനോട് കൊഞ്ചിച്ചോദിച്ചു.

ഉടൻ വന്നു മറുപടി “കിക്കീ...”

“കണ്ടോ അവൾക്കറിയില്ലെന്നാണ് പറഞ്ഞത്.” അമ്മ കിളി ക്കുഞ്ഞിനെ കൈയ്യിൽ നിന്ന് പതുക്കെ എടുത്ത് ഡൈനിംഗ് ടേബിളിന് മുകളിലേക്ക് വച്ചു.

“അമ്മയ്ക്കറിയാത്ത കഥകളില്ല കുഞ്ഞിക്കിളീ.” അനിയത്തി കസേര പിടിച്ച് അല്പംകൂടി ടേബിളിനോട് ചേർത്തിട്ട് കിളി ക്കുഞ്ഞിനടുത്തായി ചെന്നിരുന്ന് സൗഹൃദം സ്ഥാപിക്കാൻ ശ്രമിച്ചു.

“എനിക്കും ആ കഥ അറിയത്തില്ലമ്മേ.” ഞാൻ പറഞ്ഞു.

“പെണ്ണുങ്ങളുടെ പോരാട്ടത്തിന്റെ പ്രതീകമാണ് സീതാദേവി.” ചൂണ്ടുവിരൽകൊണ്ട് അമ്മ സ്നേഹത്തോടെ കിളിക്കുഞ്ഞിന്റെ ചുണ്ടിൽ തൊട്ടു.

“പാവം കിളിക്കുഞ്ഞ്. ഇങ്ങനെയൊക്കെ പറഞ്ഞാ അതിനെ ന്തെങ്കിലും മനസ്സിലാവുമോ അമ്മേ?” ഞാൻ കിളിക്കുഞ്ഞിന്റെ പക്ഷംപിടിച്ചു.

“യാഗം നടത്താൻ വേണ്ടി ജനക മഹാരാജാവ് നിലം ഉഴുവുന്ന തിനിടെ കലപ്പയിൽ തടഞ്ഞ ഒരു പെട്ടിയിൽ നിന്നാണ് സീതാ ദേവിയെ കിട്ടിയത്.” അമ്മ ഞങ്ങളോട് പറഞ്ഞു. “അതുപോലെ യാണ് വീട്‌വെയ്ക്കാനായി മരം മുറിക്കുമ്പോ നമുക്ക് ഇവളെ കിട്ടിയതും. ജനകന്റെ മകളായതുകൊണ്ട് സീതാദേവിയെ ജാനകി എന്നും വിളിക്കും. നമുക്ക് ഇവളെയും ജാനകി എന്ന് വിളിക്കാം.”

“ജാനകി... നല്ല അടിപൊളി പേരാണല്ലോ.” അച്ഛനും ആ പേര് വളരെ ഇഷ്ടപ്പെട്ടു. “നാളെ ഒരു കൂട് വാങ്ങിക്കണം. ഈ കാർഡ് ബോർഡ് പെട്ടിക്കകത്തിരുന്നാ ഇതിന് കാറ്റും വെയിലും കൊള്ളേണ്ടേ?” അച്ഛൻ അമ്മയോടു ചോദിച്ചു.

“കൂട് വേണം... ഞാനും അതുപറയാൻ ഇരിക്കുകയായിരുന്നു.” അമ്മ പറഞ്ഞു.

“ജാനകിക്ക് കോളടിച്ചല്ലോ.” അനിയത്തി സന്തോഷത്തോടെ കിളിക്കുഞ്ഞിനെ തൊടാനായി കൈനീട്ടി. ഉടൻ അമ്മ അവളെ വിലക്കി. “അങ്ങനെ എപ്പോഴും തൊടാനും എടുക്കാനും ഒന്നും ആയിട്ടില്ല അത്. തൂവലൊക്കെ ശരീരം നിറയെ വളർന്ന് വരട്ടെ.

എന്നിട്ട് രണ്ടാൾക്കും വേണേൽ ജാനകിയെ എടുക്കുകയോ കളിപ്പിക്കുകയോ എന്ത് വേണമെങ്കിലും ചെയ്യാം."

"തൂവൽ വരാൻ എത്ര ദിവസം എടുക്കും അമ്മേ?" എനിക്ക് കാത്തിരിക്കാൻ ക്ഷമയില്ലായിരുന്നു.

"ടാ, കുട്ടപ്പാ നീയിനി ഈ തത്തക്കുഞ്ഞിന്റെ അടുത്ത് നിന്നും എങ്ങോട്ടും മാറാൻ പോണില്ലെന്ന് എനിക്കറിയാം." അമ്മ എന്റെ തലയിൽ സ്നേഹത്തോടെ ഒരു ഞൊട്ട് വെച്ചുതന്നു. "നീ ഇത്തിരി കാത്തിരിക്ക്."

നാല്

ദീപാവലിക്ക് പൂത്തിരി കത്തുംപോലെയാണ് വെൽഡിംഗ് റോഡ് ഇരുമ്പിനോടു ചേർക്കുമ്പോൾ വെളിച്ചം ചിതറുന്നത്.

"അതിലോട്ട് നോക്കിക്കൊണ്ട് നിക്കണ്ട കണ്ണ് വേദന എടുക്കും." വെൽഡിംഗ് ചെയ്യുന്നതു നോക്കി നിന്ന എന്നോട് അച്ഛൻ പറഞ്ഞു. അച്ഛന്റെ കൂട്ടുകാരന്റെ വെൽഡിംഗ് വർക്ക്ഷോപ്പാണത്. രാവിലെ ജാനകിക്ക് കൂടുവാങ്ങാൻ ഇറങ്ങിയതാണ് ഞാനും അച്ഛനും. മാർക്കറ്റിലുള്ള പെറ്റ് ഷോപ്പിൽ ഞങ്ങൾ പോയി കിളികൾക്കുള്ള പലതരം കൂടുകൾ നോക്കിയതാണ്. പക്ഷേ ഒന്നും അച്ഛന് ഇഷ്ടപ്പെട്ടില്ല. ഒന്നിനും വേണ്ടത്ര വലിപ്പം ഇല്ലെന്നുള്ളതാണ് അച്ഛന്റെ കണ്ടുപിടിത്തം. അങ്ങനെയാണ് ജാനകിക്ക് വേണ്ടി ഒരു പുതിയ കൂട് പണിയിച്ചുകളയാം എന്ന് അച്ഛൻ തീരുമാനിച്ചത്. പെറ്റ് ഷോപ്പിൽ കണ്ട ഏറ്റവും വലിയ കൂടിന്റെ മൂന്നിരട്ടി വലിപ്പമുണ്ട് ഇപ്പോൾ ചെയ്യിക്കുന്ന കൂടിന്. കൂടിനകത്ത് അങ്ങേയറ്റം ഇങ്ങേയറ്റം നീളത്തിൽ ഒരു പോൾ, വെള്ളം കുടിക്കാനുള്ള വാട്ടർകാൻ, ഭക്ഷണം വെക്കാനുള്ള പാത്രം, ഊഞ്ഞാലാടാൻ ഒരു വളയം... പെറ്റ് ഷോപ്പിൽ കണ്ട കൂടുകളിൽ ഉണ്ടായിരുന്ന എല്ലാ സൗകര്യവും പുതിയ കൂട്ടിലും ചെയ്യണമെന്ന് അച്ഛൻ ഏർപ്പാടാക്കി.

"കൂടിന് ഏത് നിറം വേണം?" വെൽഡിംഗ് ഷോപ്പിലെ അങ്കിൾ ചോദിച്ചു.

"മഞ്ഞ നിറം ആയിരിക്കും നല്ലത്, അല്ലേടാ കുട്ടപ്പാ?" അച്ഛൻ ചിരിച്ചുകൊണ്ട് എന്നെ നോക്കി. അതൊരു കളിയാക്കലാണ്. കൊച്ചായിരുന്നപ്പോൾ എന്നോട് ഏത് നിറം ചൂണ്ടിക്കാണിച്ചിട്ട് അതേത് നിറമാണെന്ന് ചോദിച്ചാലും ഞാൻ മഞ്ഞ എന്നേ പറയുമായിരുന്നുള്ളൂവത്രെ. പിന്നെ ഞാൻ മഞ്ഞനിറത്തെ തിരിച്ചറിയാൻ

തുടങ്ങിയപ്പോൾ എനിക്ക് വാങ്ങിയിരുന്ന കളിപ്പാട്ടങ്ങളും ഷൂസും കുഞ്ഞുടുപ്പുകളും എല്ലാം മഞ്ഞ നിറത്തിലുള്ളവയായിരുന്നു. ''ഇവനെക്കൂടി ഒന്ന് മഞ്ഞ പെയിന്റിൽ മുക്കി എടുക്കണം.'' അച്ഛൻ പണ്ടെപ്പോഴോ എന്നെ പൊക്കി എടുത്ത് തോളിലിരുത്തുന്നതിനിടെ പറഞ്ഞത് എനിക്കോർമ്മയുണ്ട്. എന്തുകൊണ്ടാണ് മഞ്ഞനിറത്തിനോട് എനിക്ക് അന്ന് അങ്ങനെ ഇഷ്ടം തോന്നിയിരുന്നത് എന്ന് പലവട്ടം ആലോചിച്ചിട്ടും പിടികിട്ടീട്ടില്ല.

''കൊച്ചുപിള്ളേർക്ക് അങ്ങനെ പല ഇഷ്ടങ്ങളും തോന്നും. വളരുന്നതിനനുസരിച്ച് അതൊക്കെ മാറിക്കോണ്ടും ഇരിക്കും.'' ഒരു ദിവസം അമ്മ എന്റെ മഞ്ഞ ഇഷ്ടത്തിനു പിന്നിലുള്ള അന്വേഷണത്തിന് തീർപ്പു കൽപ്പിച്ചു.

''കിക്കിക്കീ... കിക്കീ...''കാർഡ് ബോർഡ് പെട്ടിയിൽ നിന്നും പൊക്കി എടുത്ത് പുതിയ മഞ്ഞക്കൂട് അമ്മ കാണിച്ചു കൊടുത്തപ്പോൾ സന്തോഷംകൊണ്ട് ജാനകി എന്തൊക്കെയോ പറഞ്ഞു.

''അവൾക്ക് മനസ്സിലായി നമ്മളിനി അവളെ ഉപേക്ഷിക്കില്ലെന്ന്. അതാണ് അവൾക്കിത്ര സന്തോഷം.''

അമ്മ പതിയെ കൂട് തുറന്ന് ജാനകിയെ അതിനുള്ളിലേക്ക് ഇറക്കിവിട്ടു. പഴയ കാർഡ് ബോർഡ് പെട്ടിയിൽ നിന്നു വ്യത്യസ്തമായി പുതിയ കൂടിനുള്ളിൽ നിന്നാൽ ചുറ്റിലുമുള്ള കാഴ്ചകൾ കാണാൻ പറ്റുന്നത് കൊണ്ടാവും അവൾ നിന്ന നിൽപിൽത്തന്നെ കഴുത്ത് വെട്ടിച്ച് നാലുപാടും നോക്കാൻ തുടങ്ങി.

''ജാനകിയുടെ കൂട് നമുക്ക് പുറത്ത് കാർപോർച്ചിനോടു ചേർന്നുള്ള വരാന്തയിൽ തൂക്കിയിടാം. അതാവുമ്പോ ജാനകിക്ക് ആളും വണ്ടീം ബഹളവുമൊക്കെ കണ്ടോണ്ടിരിക്കാമല്ലോ.'' പുതിയ കൂട് എവിടെ വെയ്ക്കണം എന്ന കാര്യത്തിൽ അച്ഛൻ അഭിപ്രായം പറഞ്ഞു.

''ചെറിയ കുഞ്ഞല്ലേ? പുറത്ത് ഒറ്റയ്ക്ക് ഇരിക്കാനൊന്നും അവളായിട്ടില്ല.'' അമ്മ ആ അഭിപ്രായത്തോട് വിയോജിച്ചു.

''പഠിക്കുന്ന റൂമിൽ വെയ്ക്കാം അമ്മേ. അതാവുമ്പോ ഞങ്ങള് പുസ്തകം വായിക്കുന്നത് ജാനകിക്ക് നോക്കി ഇരിക്കാമല്ലോ.'' അനിയത്തി പറഞ്ഞു.

''പഠിക്കുന്ന റൂമിൽ വെച്ചാൽ പഠിത്തക്കാർ ജാനകിയേം നോക്കി ഇരിക്കുന്നതല്ലാതെ പുസ്തകം തുറക്കലുണ്ടാവില്ല.'' അമ്മ ആ അഭിപ്രായത്തിനും തടയിട്ടു.

''കിടക്കുന്ന റൂമിന്റെ ഒരു മൂലയിൽ വെയ്ക്കാമമ്മേ. കിടക്കാൻ നേരം എനിക്ക് ജാനൂനെ കണ്ടോണ്ട് കിടക്കാല്ലോ.'' ഞാൻ പറഞ്ഞു

“കിടക്കുന്ന റൂമിലൊന്നും ശരിയാവില്ല. അവളീ അടുക്കളയിൽ തന്നെ ഇരുന്നോട്ടെ. അതാവുമ്പോ എന്റെ കണ്ണ് എപ്പോഴും എത്തുകേം ചെയ്യും.” അമ്മ തന്നെ ഒടുവിൽ തീരുമാനമെടുത്തു.

അടുക്കളയിൽ ജോലി ചെയ്യുന്നതിനിടെ എന്തെങ്കിലുമൊക്കെ കാച്ചിയും കുറുക്കിയും അമ്മ ജാനകിക്ക് കൊടുത്തുകൊണ്ടിരിക്കും. ജാനകിയോട് അമ്മ വെറുതെ സംസാരിക്കും. അവളും പറ്റുന്ന വിധത്തിൽ എന്തൊക്കെയോ ചില മറുപടികൾ പറയും. ഏതാനും ദിവസങ്ങൾ കഴിഞ്ഞതോടെ ജാനകിയുടെ ദേഹത്ത് തൂവലുകൾ കിളിർത്തുവരാൻ തുടങ്ങി.

“കഴുത്തും കൂടി മൂടിയാൽ എല്ലായിടവുമായി.” ചില്ലു ഗ്ലാസ്സിൽ ആറ്റിത്തണുപ്പിച്ച കട്ടൻചായ ജാനകിക്ക് പിടിച്ച് കൊടുക്കുന്നതിനിടെ ഒരു ദിവസം അവളുടെ ദേഹത്തെ തൂവലുകളുടെ വളർച്ച അമ്മ വിലയിരുത്തി.

ജാനകിക്ക് ഇപ്പോൾ വൈകുന്നേരം കട്ടൻചായ കൂടിയേ തീരൂ. അമ്മയ്ക്ക് കട്ടൻചായയാണ് പാൽ ചായയേക്കാൾ ഇഷ്ടം. ഓഫീസിൽ നിന്ന് അമ്മ വന്ന് കട്ടൻ ചായയുണ്ടാക്കാൻ നേരം ജാനകി കൂട്ടിനകത്തു കിടന്ന് വിളിയും ബഹളോം തുടങ്ങും. ചായയുണ്ടാക്കി രണ്ടു ഗ്ലാസ്സുകളിലാക്കി അവളെയും പൊക്കിയെടുത്ത് അമ്മ സിറ്റൗട്ടിൽ വന്നിരിക്കും. കാൽ ഗ്ലാസ്സ് കട്ടൻചായ ജാനകി അകത്താക്കും.

“ചില്ലു ഗ്ലാസിലേ കുടിക്കൂ, പരിഷ്കാരി.” സ്റ്റീൽ ഗ്ലാസിൽ ചായ കുടിക്കുന്നതിനിടെ അനിയത്തി ജാനകിയുടെ പിടിവാശിയെ ഒന്ന് തോണ്ടി.

അനിയത്തി പറഞ്ഞത് ശരിയാണ്. സ്റ്റീൽ ഗ്ലാസിൽ കട്ടൻ കൊടുത്താൽ ജാനകി കുടിക്കില്ല.

“അമ്മ ചില്ലു ഗ്ലാസ്സിൽ കുടിക്കുന്നതുകൊണ്ടാവും അവൾക്കും ചില്ലു ഗ്ലാസ് തന്നെ വേണമെന്ന് വാശി.” ഞാൻ അനിയത്തിയോട് പറഞ്ഞു.

“നിങ്ങള് സ്റ്റീൽ ഗ്ലാസ്സിൽ കുടിച്ചാ മതി. എന്റെ കൊച്ചിന് ഞാൻ ചില്ലുഗ്ലാസ്സിലേ കൊടുക്കൂ... അല്ലേ ചക്കരേ...”അമ്മ ജാനകിയെ കൊഞ്ചിച്ചു.

രാത്രി ജാനകിക്ക് ഓട്സും കാച്ചിക്കൊടുത്ത് അടുക്കളയിലെ ജോലി എല്ലാം കഴിഞ്ഞ് ലൈറ്റ് ഓഫ് ചെയ്ത് കട്ടിലിൽ വന്നു കിടന്നിട്ടും അമ്മയ്ക്ക് ഉറക്കം വന്നില്ല.

“പാവം, ഏറിയാൽ ഇരുപത് ദിവസത്തെ പ്രായം ഉണ്ടാകും അതിന്. ഈ പ്രായത്തിലുള്ള നമ്മുടെ കൊച്ചുങ്ങളെ നമ്മളിതു

പോലെ ഒറ്റയ്ക്ക് ഒരു മുറിയിൽ ഇരുട്ടത്തിട്ടിട്ട് വന്ന് കിടക്കുമോ?'' അമ്മയുടെ ഹൃദയം നോവുന്നുണ്ട്.

''അതിന് അത് മനുഷ്യക്കുഞ്ഞല്ലല്ലോ ഗീതേ.'' അച്ഛൻ അമ്മയെ സമാധാനിപ്പിക്കാൻ ശ്രമിച്ചു.

''ങ്ഹാ... ഇതും ഒരു കുഞ്ഞാണ്. അതിനും വേണം മറ്റെല്ലാരെയും പോലെ കരുതലും വാത്സല്യവും.'' അമ്മയുടെ ഉള്ളിലെ അമ്മ ഉണർന്നു.

അന്നെന്തോ രാത്രി പല പ്രാവശ്യങ്ങളായി ജാനകിയുടെ നേർത്ത ശബ്ദത്തിലുള്ള 'കീക്കി...' വിളി അടുക്കളയിൽ നിന്നു കേട്ടുകൊണ്ടിരുന്നു. ഒരുപക്ഷേ അമ്മ പറഞ്ഞത് അവൾ കേട്ടിട്ടുണ്ടാകും. അവൾക്ക് അത് വലിയ സന്തോഷം ആയിട്ടുണ്ടാകും- ഞാൻ കരുതി.

''എന്തോ പ്രശ്നമുണ്ടല്ലോ, അല്ലെങ്കിൽ അവളിങ്ങനെ കരയില്ല.''

പിറ്റേ ദിവസവും രാത്രി ജാനകിയുടെ കരച്ചിൽ കേട്ടപ്പോൾ അമ്മയ്ക്ക് സംശയമായി. അമ്മ പതിയെ എഴുന്നേറ്റ് ലൈറ്റ് ഓൺ ആക്കാതെ, ഒച്ച കേൾപ്പിക്കാതെ അടുക്കളയുടെ വാതിൽ പതുക്കെ തുറന്നു. ഞാനും അമ്മയുടെ പിന്നാലെ കൂടി. ഇരുട്ടിൽ അമ്മയെക്കണ്ടതും ജാനകിയുടെ കരച്ചിൽ ഒന്നടങ്ങി. അമ്മ കൂട്ടിനടുത്ത് ചെന്ന് അവളോട് പതിഞ്ഞ ശബ്ദത്തിൽ ചോദിച്ചു:

''എന്താ മക്കളേ... എന്തുപറ്റി?''

ജാനകി അടുക്കള ജനാലയ്ക്ക് നേരെ കണ്ണെടുക്കാതെ നോക്കി നിൽക്കുകയാണ്.

അമ്മയും ഞാനും അവളുടെ നോട്ടം തറഞ്ഞ സ്ഥലത്തേക്ക് നോക്കി. അടുക്കള ജനാലയുടെ ചില്ലു ഗ്ലാസിനപ്പുറം ഒരു നിഴൽ പമ്മിയിരിക്കുന്നു. പെട്ടെന്ന് അമ്മയ്ക്ക് ആളെ പിടികിട്ടി.

''പൂച്ച മാർജ്ജാരൻ..!'' അമ്മ പല്ലിറുമ്മി.

പിറ്റേന്നു കാലത്ത് അമ്മ ആരെയോ ശകാരിക്കുന്നത് കേട്ടാണ് ഞാൻ ഉണർന്നത്. ആരെയാണ് കാലത്തേ അമ്മ ഇത്ര ദേഷ്യത്തോടെ വഴക്കു പറയുന്നത്? ഞാൻ എഴുന്നേറ്റ പാടെ കിടന്ന ബെഡ് പോലും മടക്കിവെയ്ക്കാതെ ഓടി അടുക്കളയിലേയ്ക്കു ചെന്നു.

''ഒരു ദിവസം ഒന്നും പറയാതെ നീ ഇവിടുന്നു പോയി. നിന്നോടു പോകാൻ ഞാൻ പറഞ്ഞിട്ടുണ്ടായിരുന്നില്ല. നിനക്ക് ഇവിടെ ഒന്നിന്റെയും ഒരു കുറവും ഉണ്ടായിരുന്നിട്ടില്ല. ഇപ്പൊ നാടു നീളെ തെണ്ടി നടന്ന് നീ ഒരു പാഠം പഠിച്ച്.''

അമ്മ ആരോടാണീ പറയുന്നത്? ഞാൻ ചുറ്റും നോക്കി. ജാനകി

കൂട്ടിനകത്തിരുന്ന് ഒരു പഴം കൊത്തിത്തിന്നാൻ ശ്രമിക്കുന്നുണ്ട്. മറ്റാരേയും കാണാനുമില്ല.

‘‘വിശക്കുമ്പോൾ ആരായാലും നന്നാവും. നിന്റെ കാര്യത്തിലും ഇപ്പൊ അതാണ് സംഭവിച്ചത്.” അമ്മ കലത്തിൽ നിന്നും തലേന്നത്തെ ചോറ് തവികൊണ്ട് നീക്കിക്കോരി എടുത്ത് അടുക്കള വാതിലിനടുത്തേക്ക് നടന്നു.

‘‘തൽക്കാലം ഇതുകഴിക്ക്. മീൻകറി വെച്ചിട്ട് ബാക്കി കഴിക്കാം.’’

അമ്മ തവിയിലെ ചോറ് തറയിൽ വെച്ചിരിക്കുന്ന പഴയ ഓട്ടു പാത്രത്തിലേക്ക് ഇട്ടു. അടുക്കളയിലേക്ക് അമ്മ തിരിഞ്ഞുനടന്നതും ക്ലാസ്സിൽ കേറാതെ നടന്നതിന് അടിപേടിച്ച് ടീച്ചറുടെ മുന്നിൽ വന്ന് നിൽക്കേണ്ടി വന്ന ഒരു നാലാം ക്ലാസ്സുകാരന്റെ മുഖഭാവത്തോടെ പരിയംപുറത്ത് അടുക്കിവെച്ചിരുന്ന വിറകിന്റെ അട്ടിക്കടിയിൽ നിന്നും ഒരുതല പുറത്തേക്ക് നീണ്ടുവന്നു.

“പൂച്ചമാർജ്ജാരൻ...!” ഞാൻ അതിശയപ്പെട്ടു. ‘‘ഇതെവിടേയിരുന്ന്... ഒറ്റപ്പോക്കായിരുന്നല്ലോ” ആകാംക്ഷയോടെ ഞാൻ പൂച്ചമാർജ്ജാരനോട് ചോദിച്ചു.

‘‘ങ്യാവൂ...’’ ഇപ്പൊ ഒന്നും പറഞ്ഞാ ശരിയാവത്തില്ല എന്ന ഭാവത്തോടെ അവൻ എന്റെ ചോദ്യത്തെ അവഗണിച്ചുകൊണ്ട് ഓട്ടു പാത്രത്തിലിരുന്ന ചോറിൽ നോക്കി നാക്കൊന്ന് നുണഞ്ഞ് അതിനടുത്ത് വന്ന് വാലും പൊക്കി ഇരുന്ന് മെല്ലെ അത് അകത്താക്കാൻ തുടങ്ങി. പൂച്ചമാർജ്ജാരൻ ചോറ് കഴിച്ചു തീർന്നതും അകത്തു നിന്ന് അമ്മയുടെ കൽപ്പന വന്നു.

‘‘കഴിച്ച് തീർന്നെങ്കിൽ ആ കാർപോർച്ചിലോ എരിത്തിലിലോ പോയി കിടന്നേക്കണം. ഉച്ചയ്ക്ക് ഞാൻ വിളിച്ചിട്ട് ഇങ്ങോട്ട് വന്നാ മതി.’’

ആജ്ഞ അനുസരിക്കുന്ന ഭൃത്യനെപ്പോലെ പൂച്ചമാർജ്ജാരൻ എന്ന മുൻകാല റൗഡി വാലുംചുരുട്ടി ഞങ്ങടെ പഴയ എരിത്തിലിലേക്ക് പോയി.

പൂച്ചമാർജ്ജാരനെ കണ്ടാൽ ജാനകി പേടിക്കും എന്നതുകൊണ്ടാണ് അമ്മ അവനോട് അങ്ങനെ പറഞ്ഞത്. അല്ലെങ്കിൽ അമ്മ അവനെ ഓടിച്ചു വിടുന്നതല്ല. ഒരു കാലത്ത് അമ്മയുടെ വലം കൈ ആയിരുന്നു അവൻ.

ഞങ്ങടെ വീടിന്റെ മച്ചിനെ ഒരു കാലത്ത് എലികളുടെ വൻ സൈന്യം കീഴ്പ്പെടുത്തിയിരുന്നു. മച്ചിൽ നിന്ന് ദിവസത്തിൽ പല പ്രാവശ്യം ഒറ്റയ്ക്കും കൂട്ടായും മൂഷികന്മാർ അടുക്കളയിലും

അലമാരയിലും ഒക്കെ കയറി ചില്ലറയല്ലാത്ത നാശനഷ്ടങ്ങൾ വരുത്തിക്കൊണ്ടിരുന്നു. അമ്മ ചെറുകിട കെണികളൊക്കെ വച്ച് ചില ഒറ്റപ്പെട്ട പോരാളികളെ കീഴ്പ്പെടുത്തിയിരുന്നെങ്കിലും ഒന്നിന് പത്തു വെച്ച് എലിമൂഷികന്മാരുടെ സൈനികശക്തി വർദ്ധിച്ചുകൊണ്ടിരുന്നു. അച്ഛന്റെ പെങ്ങളുടെ കല്യാണത്തിന് നാത്തൂൻ വേഷം ഗംഭീരമാക്കാനായി അമ്മ വാങ്ങി വെച്ചിരുന്ന പട്ടുസാരി വെട്ടിനശിപ്പിച്ചതോടു കൂടിയാണ് മൂഷികന്മാരുടെ സൈന്യത്തെ വേരോടെ നശിപ്പിക്കണം എന്ന് ഝാൻസിറാണിയുടെ വീറോടെ അമ്മ പ്രതിജ്ഞ എടുത്തത്. അതിനായി അമ്മ കണ്ടെത്തികൊണ്ടുവന്ന കവലച്ചട്ടമ്പിയായിരുന്നു പൂച്ചമാർജ്ജാരൻ. അമ്മയുടെ ആജ്ഞ പ്രകാരം വളരെ വേഗത്തിലാണ് പൂച്ചമാർജ്ജാരൻ ഏകനായി തട്ടിൻപുറത്ത് തേരോട്ടം നടത്തി മൂഷികന്മാരെ തോൽപ്പിച്ച് "ങ്യാവൂ..." എന്ന് വിജയഭേരി മുഴക്കിയത്. എലികളുടെ ശല്യം അവസാനിച്ചെങ്കിലും പൂച്ചമാർജ്ജാരനോട് അമ്മ മടങ്ങിപ്പോകാൻ പറഞ്ഞില്ല. പകരം പശുക്കളില്ലാതെ ഒഴിഞ്ഞുകിടക്കുന്ന എരിത്തിലിന്റെ മൂലയിൽ തുടരാൻ അനുവാദം കൊടുക്കുകയായിരുന്നു. എന്നാൽ വളരെ അപ്രതീക്ഷിതമായാണ് ഒരു ദിവസം അമ്മയോട് ഒരു വാക്കുപോലും പറയാതെ അവൻ നാടുവിട്ടുകളഞ്ഞത്.

"നിന്റെ ആജ്ഞകേട്ട് അടിമയെപ്പോലെ എത്രകാലം അവൻ ജീവിക്കും?"

പൂച്ചമാർജ്ജാരൻ നാടുവിട്ടകാര്യം അറിഞ്ഞപ്പോൾ അച്ഛൻ പറഞ്ഞു.

"ഒന്നും ഇല്ലെങ്കിലും അവനൊരു ആണല്ലേ? ഈ പെൺഭരണത്തിൻ കീഴിൽ കിടക്കുന്നതിനും ഒരതിരില്ലേ?"

"സാരമില്ല അങ്ങനെ പോണോര് അങ്ങ് പൊയ്ക്കോട്ടെ. വിശക്കുമ്പോ തനിയേ വന്നോളും."

അമ്മയുടെ മറുപടി കേട്ടപ്പോൾ അമ്മ ആ പറഞ്ഞത് തന്നെ മാത്രം ഉദ്ദേശിച്ചാണ് എന്ന മട്ടിൽ അച്ഛൻ ഞങ്ങളെ നോക്കി ചമ്മിയ ഒരു ചിരിചിരിച്ചു.

ഒന്നാന്തരം ഒരു അയലത്തലയും കൂട്ടിയായിരുന്നു പൂച്ചമാർജ്ജാരന് ഓട്ടുപാത്രത്തിൽ ഉച്ചഭക്ഷണം. എല്ലാം സാവധാനത്തിൽ കഴിച്ച് പാത്രമൊക്കെ നക്കിത്തുടച്ച് വെച്ചശേഷം പൂച്ചമാർജ്ജാരൻ അമ്മയെ നോക്കി. അമ്മയും ഒന്നും പറയാതെ അവനെ നോക്കി നിന്നതേയുള്ളൂ. എന്തു പറയാനാണ്? പോകാൻ പറയണോ നിക്കാൻ പറയണോ എന്ന ആശയക്കുഴപ്പത്തിലാണ് അമ്മ. കുറെ നേരം അമ്മയെത്തന്നെ നോക്കി നിന്നശേഷം ഒന്നും മിണ്ടാതെ പൂച്ചമാർജ്ജാരൻ മതിലിനു മുകളിലേക്ക് ചാടിക്കയറി അപ്പുറത്തേക്ക് മറഞ്ഞു.

"ജാനകിക്ക് അവനെക്കണ്ടാ പേടിയാവും എന്ന് ഞാൻ പറയാതെ അവന് മനസ്സിലായിട്ടുണ്ട്." അമ്മ ഓട്ടുപാത്രം എടുത്ത് വിറക് അടുക്കി വെച്ചിരിക്കുന്നതിനടിയിലേക്ക് ഭദ്രമായി വെച്ചു. "വരാതിരിക്കൂല്ല, വല്ലപ്പോഴും." അമ്മയുടെ ആ പറച്ചിലിൽ അവൻ പോയതിലുള്ള ചെറിയ വിഷമം ഉണ്ടായിരുന്നു.

പൂച്ചമാർജ്ജാരൻ വന്നു പോയതിനെ തുടർന്ന് മറ്റൊരു സുപ്രധാന കാര്യം സംഭവിച്ചു. ജാനകിയുടെ കൂട് അടുക്കളയിൽ നിന്നു മാറ്റാൻ അമ്മ തീരുമാനിച്ചു. ഡൈനിംഗ് ഹാളിന്റെ മൂലയിൽ ഒരു പഴയ ടീപ്പോയിയുടെ മുകളിലായി അമ്മ ജാനകിയുടെ കൂട് കൊണ്ടു വന്നു വച്ചു.

"തത്തകൾ പേടിച്ചൂടാ... പേടിച്ചാ തത്തകളുടെ വാലും തൂവലും ഒക്കെ കൊഴിഞ്ഞുപോകും." കൂടിന്റെ സ്ഥാനം മാറ്റിയതിന് അമ്മ കാരണം കണ്ടെത്തി. ഡൈനിംഗ് ടേബിളിൽ ഭക്ഷണം കഴിക്കാനിരിക്കുമ്പോൾ ജാനകിയുടെ കൂട്ടിലെ ഭക്ഷണം വെയ്ക്കുന്ന പാത്രത്തിലേക്ക് ഒരു പിടിച്ചോറ് വാത്സല്യത്തോടെ വെച്ചുകൊടുത്തുകൊണ്ട് അമ്മയുടെ തീരുമാനത്തെ അച്ഛൻ പൂർണ്ണമായും പിൻതുണച്ചു.

അഞ്ച്

വീടിനകത്തേക്ക് കൂട് മാറ്റി വെച്ചെങ്കിലും പൂച്ചമാർജ്ജാരൻ പോയ രാത്രിയിൽ ജാനകി ഉറങ്ങിയില്ല. നേരിയ ശബ്ദത്തിൽ കൂടിനുള്ളിൽ നിന്ന് അവളുടെ കരച്ചിൽ കേട്ടുകൊണ്ടേയിരുന്നു. അമ്മയ്ക്ക് ആ കരച്ചിൽ കേട്ടിട്ട് സഹിക്കാൻ പറ്റിയില്ല. അമ്മ എഴുന്നേറ്റ് കൂടിനടുത്ത് വന്ന് കസേര നീക്കി ഇട്ടിരുന്ന് എങ്ങനെയെല്ലാം സമാധാനിപ്പിച്ചിട്ടും അവൾ കരച്ചിൽ നിർത്തിയില്ല. ഒടുവിൽ അമ്മ അവളെ കൂട്ടിൽ നിന്നും പുറത്തെടുത്തു. അച്ഛനും അനിയത്തിയും ഉറങ്ങിക്കഴിഞ്ഞിരുന്നതിനാൽ അവരെ ഉണർത്തണ്ട എന്നു കരുതി അമ്മ അവളെയും കൊണ്ട് മുൻവശത്തെ ഹാളിലേക്ക് പോയി. ഞാനും പതുക്കെ ബെഡ്ഡിൽ നിന്നെഴുന്നേറ്റ് അമ്മയുടെ പിന്നാലെ കൂടി. കൈക്കുഞ്ഞുങ്ങളെ താരാട്ട് പാടിയുറക്കുംപോലെ ജാനകിയെ നെഞ്ചോട് ചേർത്തുപിടിച്ച് ഹാളിലെ സോഫയിലിരുന്ന് അമ്മ 'ഓമനത്തിങ്കൾ കിടാവോ... നല്ല കോമളത്താമരപ്പൂവോ...' എന്ന പാട്ട് പാടാൻ തുടങ്ങി. കുറെ നേരം അമ്മയുടെ കണ്ണിലേക്ക് അവൾ ഉറ്റുനോക്കി കിടന്നു. പിന്നെ സാവധാനത്തിൽ കണ്ണുകൾ പൂട്ടി അവൾ ഉറക്കം തുടങ്ങി. അവളുടെ ഉറക്കത്തിന് തടസ്സം വരാതെ അമ്മ അവളേയും കൊണ്ട് സൂക്ഷ്മതയോടെ എഴുന്നേറ്റ് കിടക്കയിലേക്ക് പോയി.

കുഞ്ഞുങ്ങളായിരിക്കുമ്പോൾ ഞങ്ങളെ ചേർത്തുപിടിച്ച് കിടക്കും പോലെ അമ്മ ജാനകിയെ ദേഹത്തോട് ചേർത്ത് പിടിച്ച് കിടന്നു. ആ കാഴ്ച കണ്ടപ്പോൾ അമ്മയോട് എനിക്ക് എന്തെന്നില്ലാത്ത സ്നേഹവും അസൂയയും തോന്നി. ലോകത്ത് എന്റെ അമ്മയ്ക്ക് മാത്രമേ ഇങ്ങനെ എല്ലാരേയും ഒരുപോലെ സ്നേഹിക്കാൻ പറ്റു മായിരിക്കുകയുള്ളൂ, ഞാൻ ഉറപ്പിച്ചു. ഏതായാലും ജാനകിക്ക് അന്നു മുതൽ കോളായി. ജാനകിയുടെ ഉറക്കം കൂട്ടിൽ നിന്ന് അമ്മയോ ടൊപ്പം കട്ടിലിലേക്കു മാറി.

കാലത്ത് അഞ്ചര മണിക്ക് അമ്മ എഴുന്നേറ്റാലുടൻ ജാനകിയെ പൊക്കിയെടുത്ത് അടുക്കളമുറ്റത്തു കൊണ്ടുപോയി നിർത്തും. അവൾ പ്രഭാതകൃത്യങ്ങൾ നിർവഹിച്ചു കഴിഞ്ഞാൽ വൃത്തിയാക്കി എടുത്ത് കൂട്ടിനകത്താക്കും. എന്നിട്ട് കൂട് എടുത്ത് അടുക്കളയുടെ സ്ലാബിൽ കൊണ്ടുവെയ്ക്കും. ഉടൻ തന്നെ കൂട്ടിനകത്തെ കാനിൽ നിറച്ചിരിക്കുന്ന വെള്ളത്തിൽ തലയും ചിറകും മുക്കി ജാനകി കുളി തുടങ്ങും. കുളിയോടൊപ്പം ചിറക് കുടഞ്ഞ് വെള്ളം തെറിപ്പിക്കലു മുണ്ട്. അടുക്കളയിൽ ജോലികൾ ഓരോന്ന് ചെയ്തുകൊണ്ടിരിക്കു മ്പോൾ അമ്മ അവളോട് പലപല വർത്തമാനങ്ങൾ പറയും. നേരം വെളുത്ത് ഉണർന്നുവരുമ്പോൾ കേൾക്കാം, അടുക്കളയിൽ നിന്നും അമ്മയും ജാനകിയുമായുള്ള കലപില. ഓരോരോ ദിവസങ്ങൾ കഴിയുംതോറും ജാനകിയുടെ വർത്തമാനം കൂടിക്കൂടി വന്നു. ആദ്യം അമ്മ രണ്ട് മൂന്ന് കാര്യങ്ങൾ പറയുമ്പോൾ അവളുടെ മറുപടി ഒരു 'കിക്കീ...' മാത്രമായിരുന്നു. പിന്നെ ഒരു കാര്യം പറയുമ്പോൾ അവളും ഒരു കാര്യം എന്നായി. ഒടുവിൽ അമ്മ ഒരുവാക്ക് പറയുമ്പോൾ അവൾ പത്തുകാര്യം പറയും എന്ന വിധത്തിലായി.

"ടാ കുട്ടപ്പാ, കിങ്ങിണീ, രണ്ടാളും ഇതുവന്ന് നോക്കിയേ." ഒരു ദിവസം കാലത്തേ അടുക്കളയിൽ നിന്ന് അമ്മ വലിയ ആഹ്ലാദ ത്തോടെ വിളിച്ചു പറഞ്ഞു. അമ്മയുടെ വിളികേട്ട് ഞാനും അനിയ ത്തിയും ഓടിച്ചെന്നപ്പോഴുണ്ട് ജാനകി കൂടിനുള്ളിലെ വളയത്തിൽ കയറിപ്പറ്റി ഇരിക്കുന്ന കാഴ്ചയാണ് കണ്ടത്.

ഞങ്ങൾ അതിശയപ്പെട്ടുപോയി!

കുറച്ചു ദിവസമായി ആ വളയത്തിൽ കയറിപ്പറ്റാനായി ജാനകി പഠിച്ച പണി പതിനെട്ടും പയറ്റുകയായിരുന്നു. കൊക്കും കാലും ഉപയോഗിച്ച് കടിച്ചും തൂങ്ങിയും എത്രയൊക്കെ ശ്രമിച്ചിട്ടും അവൾക്ക് അതിനകത്ത് കയറി ഇരിക്കാൻ പറ്റിയില്ല. കുറെ നേരം വളയത്തിൽ കടിച്ച് തൂങ്ങിക്കിടന്ന് പരാക്രമം കാണിച്ച ശേഷം അല്പം മാറി ഇരുന്ന് വിശ്രമിക്കും. അപ്പോഴും നോട്ടം ആ വളയ ത്തിലേക്ക് തന്നെയായിരിക്കും. അല്പം കഴിഞ്ഞ് വീണ്ടും തുടങ്ങും വളയത്തിൽ കയറാനുള്ള അവളുടെ അഭ്യാസം.

"ബൂസ്റ്റ് വല്ലതും കലക്കിക്കൊടുക്കേണ്ടി വരും. എങ്കിലല്ലേ ഇതിനൊക്കെയുള്ള എനർജി കിട്ടൂ." അവളുടെ പ്രകടനം കണ്ട് അച്ഛൻ കളിയാക്കിയതാണ്.

"നത്തിംഗ് ഈസ് ഇംപോസിബിൾ - അല്ലേ ചക്കരേ." അമ്മ ജാനകിയുടെ നേട്ടത്തിൽ അഭിമാനം കൊണ്ടു.

അമ്മയുടെ ആ മറുപടി ശരിവെയ്ക്കാനും ഞങ്ങളെ കാണിക്കാനും കൂടി വേണ്ടി ജാനകി വളയത്തിൽ നിന്നിറങ്ങി ഒന്നുകൂടി അതിൽ കയറിക്കാണിച്ചു. എന്നിട്ട് ഒരു വലിയ വിജയിയുടെ ഭാവത്തിൽ എന്നെയും അനിയത്തിയേയും നോക്കി ഗൗരവത്തിൽ ഇരുന്നു.

"ഓ വലിയ ജാട..." അനിയത്തി ജാനകിയെ ദേഷ്യം പിടിപ്പിക്കാൻ ശ്രമിച്ചു.

"പോടീ... പോടീ... എന്റെ കൊച്ചിനെ വല്ലതും പറഞ്ഞാലുണ്ടല്ലോ." അമ്മ തമാശ രൂപേണ അനിയത്തിയെ വഴക്ക് പറഞ്ഞു.

"ജാനകിക്ക് കുറച്ചു കളിപ്പാട്ടങ്ങൾ വേണ്ടേ അമ്മേ?" ഞാൻ അമ്മയോട് ചോദിച്ചു.

"നീ തന്നെ ആലോചിച്ച് കണ്ടുപിടിക്ക് അവൾക്ക് ഏതൊക്കെ കളിപ്പാട്ടങ്ങളായിരിക്കും ഇഷ്ടപ്പെടുന്നതെന്ന്." ജാനകിക്ക് കളിപ്പാട്ടങ്ങൾ തെരഞ്ഞെടുക്കാനുള്ള അവസരം അമ്മ എനിക്കു തന്നു.

ഞാൻ നേരെ പോയി ഞങ്ങൾ പഠിക്കാനിരിക്കുന്ന മുറിയിലെ മേശയ്ക്കടിയിൽ നിന്ന് എന്റെ കളിപ്പാട്ട ശേഖരം പുറത്തെടുത്തു. പഴയ രണ്ടുമൂന്ന് കാറുകൾ, കുഴൽ ഒടിഞ്ഞ ഒരു തോക്ക്, കരടിക്കുട്ടിയുടെ പാവ, പട്ടാളക്കാരൻ, ചക്രം ഇല്ലാത്ത സ്കൂട്ടർ, വീടുണ്ടാക്കുന്ന ബ്ലോക്സ്...ഓരോ കളിപ്പാട്ടങ്ങളായി ഞാൻ നിരത്തിവെച്ചു.

"ഒന്നും ശരിയാകില്ല." ഞാൻ അവയിലൂടെ കണ്ണോടിച്ചു.

"ഈ പന്ത് കൊള്ളാം ചേട്ടാ." മൂലയിലേക്ക് ഉരുണ്ടുപോയ മഞ്ഞനിറത്തിലുള്ള കുഞ്ഞുപന്തിനെ ചൂണ്ടിക്കാണിച്ച് അനിയത്തി പറഞ്ഞു.

"ഇതുകൊണ്ട് ജാനകി എങ്ങനെ കളിക്കും?" ഞാൻ സംശയം പ്രകടിപ്പിച്ചു. "പന്ത് തട്ടാനും ഉരുട്ടാനും കൈയ്യിലെടുത്ത് എറിയാനും ഒക്കെ അവൾക്ക് പറ്റുമോ?"

എന്റെ ആ സംശയത്തെ പൂർണ്ണമായും അസ്ഥാനത്താക്കുന്നതായിരുന്നു വൈകിട്ട് സ്കൂൾ വിട്ട് വരുമ്പോൾ ഞങ്ങൾ കണ്ട കാഴ്ച!

ഹാളിന്റെ ഒരറ്റം മുതൽ മറ്റേ അറ്റം വരെ തല ഉപയോഗിച്ച് ജാനകി ആ പന്ത് ഉന്തിത്തള്ളികൊണ്ടു പോവുകയാണ്. അവിടെ ച്ചെന്ന് ഇച്ചിരി വിശ്രമം. വിശ്രമം എന്നു പറഞ്ഞാൽ വെറുതെ

ഇരുപ്പല്ല, തിളങ്ങുന്ന ചുവപ്പ് നിറത്തിൽ പന്തിനു മുകളിൽ പ്രിന്റ് ചെയ്തിട്ടുള്ള ചെറിയ വൃത്തങ്ങളെ കൊത്തി എടുക്കാൻ ആവുന്നതും ശ്രമിക്കുക എന്നതാണ്. വീണ്ടും ഹാളിന്റെ മറ്റേ അറ്റത്തു നിന്നും തലകൊണ്ട് പന്ത് തള്ളിത്തള്ളി ഇപ്പുറത്തേക്ക് വരലായി.

“ഞാൻ വന്ന സമയം മുതൽ കാണുന്ന കാഴ്ച ഇതാണ്” അമ്മ പറഞ്ഞു. “കൂട്ടിനകത്ത് കിടന്നും ഇതായിരുന്നു അവളുടെ പണി. പുറത്തേക്കെടുത്തപ്പോൾ പന്ത് കിട്ടാനായി കുറേ ബഹളം വെച്ചു. പന്ത് എടുത്ത് നിലത്തിട്ടുകൊടുത്തപ്പോൾ ഈ പണി തുടങ്ങി. തലകൊണ്ട് ഫുട്ബോൾകളി ഉണ്ടായിരുന്നെങ്കിൽ ഇവൾ മെസ്സി ആയേനേ... മെസ്സി.”

ജാനകിക്ക് മനസ്സിലായി അമ്മ ആ പറഞ്ഞത് തന്നെയാണെന്ന്. അവൾ തല ഒന്നുയർത്തി അമ്മയോട് ‘കിക്കീ...’ എന്നു പറഞ്ഞ് വീണ്ടും പന്തുരുട്ടാൻ തുടങ്ങി.

“ഓ... ഒരാള് വലിയ മെസ്സിയാണെന്ന് നമ്മളെ കാണിക്കാനുള്ള ഏർപ്പാടാണ്.” ജാനകിയുടെ തന്ത്രം അനിയത്തിക്ക് പിടികിട്ടി.

ഏതാനും ദിവസങ്ങൾക്കകം ജാനകിയുടെ കൂട്ടിലും ഹാളിലും ഡൈനിംഗ് ടേബിളിലുമൊക്കെ അമ്മ ജാനകിക്കാവശ്യമായ കളിപ്പാട്ടങ്ങൾ കൊണ്ടു നിറച്ചു. കളിപ്പാട്ടങ്ങൾ എന്നു പറഞ്ഞാൽ പഴയ ക്ലിപ്പുകൾ, സ്കെച്ച്പെൻ, ഒന്നുരണ്ടു വിസിലുകൾ, അമ്മയുടെ കുപ്പിവളകൾ, പഴയ ഒരു പെൻസിൽ ബാഗ്, ഒഴിഞ്ഞ ഒരു സോപ്പുപെട്ടി, ഒന്ന് രണ്ട് കുഞ്ഞ് ടിന്നുകൾ... കയ്യിൽ കിട്ടിയ നല്ല നിറമുള്ള സാധനസാമഗ്രികളെല്ലാം ജാനകിയുടെ കളിപ്പാട്ടങ്ങളായി. പ്രത്യേകരീതിയിലാണ് ജാനകിയുടെ കളികൾ. ടേബിളിൽ നിന്ന് കുപ്പിവള എടുത്ത് ഒരു മൂലയിൽ കൊണ്ടുവെച്ചിട്ട് അവൾ അവിടുന്ന് വിസിൽ കൊത്തി എടുത്ത് വേറൊരിടത്ത് കൊണ്ടുവെയ്ക്കും. അവിടുന്ന് ക്ലിപ്പ് കാലുകൊണ്ട് തട്ടിത്തട്ടി ഒരിടത്ത് കൊണ്ടുവെച്ചിട്ട് അവിടെയുള്ള സ്കെച്ച് പെൻ എടുത്ത് മറ്റൊരിടത്തേക്ക്. ഇങ്ങനെ ആയിരുന്നു അവളുടെ കളി. അങ്ങനെയിരിക്കെ ഒരു ദിവസം അമ്മ അവൾക്കൊരു കളിപ്പാട്ടം കൂടി സമ്മാനിച്ചു. അതിൽ ജാനകി പെട്ടുപോയി എന്നു വേണം പറയാൻ.

അത് മറ്റൊന്നുമായിരുന്നില്ല. മുഖം നോക്കുന്ന ഒരു കണ്ണാടിയായിരുന്നു!

ഷേവു ചെയ്യാനായി പുറത്തെ കുളിമുറിയുടെ ഭിത്തിയിൽ അച്ഛൻ കൊളുത്തി ഇട്ടിട്ടുള്ളതായിരുന്നു ആ കണ്ണാടി. അതിൽ നോക്കി മുഖം നിറയെ ഷേവിംഗ് ക്രീമിന്റെ വെള്ളപ്പത പുതച്ചു നിൽക്കുന്ന അച്ഛനെ ചിലപ്പോഴൊക്കെ അമ്മ ‘സാന്റാക്ലോസ്’ എന്ന് കളിയാക്കിയിരുന്നു. ഷേവിംഗ് ബ്ലേഡ് കവിളിൽ ചേർക്കുന്നതിനിടെ അതിനുള്ള

മറുപടിയെന്നോണം 'ഹാപ്പി ക്രിസ്മസ്' എന്ന് അച്ഛനും പറയാറുണ്ടായിരുന്നു.

കണ്ണാടി കൊണ്ടുവന്ന് ഡൈനിംഗ് ടേബിളിന് മുകളിൽ വെച്ചിട്ട് ജാനകിയെ എടുത്ത് അമ്മ അതിനുമുന്നിൽ നിർത്തി. അവൾ കുറെ നേരം അതിലെ പ്രതിബിംബത്തിലേക്ക് നോക്കി നിന്നു. എന്നിട്ട് മുഖം ഒന്നു വെട്ടിച്ചു. അപ്പോഴതാ എതിരേ നിൽക്കുന്നവളും മുഖം വെട്ടിക്കുന്നു. ജാനകി അതിശയപ്പെട്ടു. പിന്നെ കഴുത്ത് നീട്ടലായി, ചിറകു വിടർത്തലായി, അങ്ങോട്ടും ഇങ്ങോട്ടും നടന്നു നോക്കലായി. ജാനകി കാണിക്കുന്നതെല്ലാം കണ്ണാടിയിൽ നിൽക്കുന്നവളും കാണിക്കുന്നു.

'ആരാ ഇവൾ?' ജാനകി നേരെ കണ്ണാടിയുടെ പുറകിലേക്ക് ചെന്ന് നോക്കി. അവിടെ എങ്ങും ആരെയും കാണാനില്ല. ജാനകി കണ്ണാടിയുടെ പിന്നിലെ സ്റ്റാന്റിലൂടെ വലിഞ്ഞുകയറി മുകളിൽ ചെന്നിട്ട് മുന്നിലേക്ക് തലയിട്ടു നോക്കി. അപ്പോഴതാ മറ്റവളും കണ്ണാടിയുടെ മുകളിൽ നിന്നും ഏന്തി വലിഞ്ഞ് ജാനകിയെ നോക്കുന്നു. ജാനകി നേരെ കണ്ണാടിയുടെ മുന്നിലേക്ക് വന്ന് അതിൽ നാലഞ്ചാറ് കൊത്തുകൊടുത്തു. അപ്പോൾ എതിരേ നിൽക്കുന്നവളും അതുതന്നെ കാണിക്കുന്നു. ജാനകിക്ക് ഒന്നും പിടികിട്ടിയില്ല.

''എന്താണമ്മേ... ആരാണിത്? എനിക്ക് തൊടാൻ പറ്റുന്നില്ലല്ലോ. എന്നാൽ എനിക്ക് കാണാൻ പറ്റുന്നുണ്ടല്ലോ'' എന്ന ഭാവത്തിൽ ജാനകി അമ്മയെ നോക്കി. ആ നോട്ടം കണ്ട് അമ്മ മാത്രമല്ല ഞങ്ങളും പൊട്ടിച്ചിരിച്ചു പോയി.

"ടീ മണ്ടീ... അത് വേറെ ആരുമല്ല, നീ തന്നെയാണ്." ജാനകിക്ക് കയറി ഇരിക്കാനായി അമ്മ ചൂണ്ടുവിരൽ നീട്ടിക്കൊടുത്തു. "എങ്ങനെയുണ്ട് നിന്നെ കണ്ണാടിയിൽ കണ്ടിട്ട്, സുന്ദരിയല്ലേ?" അമ്മ ജാനകിയുടെ ചുണ്ടിൽ ഒരുമ്മ കൊടുത്തു. എന്നിട്ട് അനിയത്തിയുടെ ചെറിയമാല ഊരിയെടുത്ത് രണ്ട് മടക്കുകളാക്കി ഒന്നുകൂടി ചെറുതാക്കിയ ശേഷം അത് ജാനകിയുടെ കഴുത്തിൽ ഇട്ടുകൊടുത്തു. മാല ഇട്ട ഉടൻ തന്നെ ജാനകി അമ്മയുടെ വിരലിൽ നിന്നും ഇറങ്ങി നേരെ കണ്ണാടി നോക്കാൻ പോയി.

"അമ്മേ ഇവൾക്ക് നല്ല ബുദ്ധിയാണല്ലോ?" ജാനകിയുടെ ആ പോക്കു കണ്ട് അനിയത്തി അതിശയപ്പെട്ടു.

കണ്ണാടിയിൽ പോയി കുറെ നേരം സൗന്ദര്യം നോക്കി തിരിഞ്ഞും മറിഞ്ഞും നിന്നശേഷം എന്തോ ഒരു കാര്യം പിടികിട്ടിയ മട്ടിൽ വളരെ പെട്ടെന്ന് ജാനകി ഡൈനിംഗ് ടേബിളിൽ നിന്നു കസേരയിലേക്ക് ഊർന്നിറങ്ങി. കസേരയിൽനിന്നും അതുപോലെ നിലത്തേക്ക്

വേഗത്തിൽ ഇറങ്ങിയ അവൾ നേരെ ഹാളിലെ ടി.വി. സ്റ്റാന്റിന് പുറകിൽ പോയി മറഞ്ഞിരുന്നു.

“ആ മാല ഇനി തിരിച്ചു വാങ്ങിയാലോ എന്ന് വിചാരിച്ചിട്ടാവും കള്ളി അവിടെപ്പോയി ഒളിച്ചിരിക്കുന്നത്.” അമ്മയ്ക്ക് ജാനുവിന്റെ ഐഡിയ പിടികിട്ടി. “അവിടെ ഇരിക്കട്ടെ. ആരും അനങ്ങണ്ട. എത്ര നേരം അവളങ്ങനെ ഇരിക്കുമെന്ന് നോക്കാമല്ലോ.” എന്നോടും അനിയത്തിയോടും ചോദ്യങ്ങൾ ചോദിക്കാനായി ഇംഗ്ലീഷ് നോട്ട് ബുക്ക് എടുത്തുകൊണ്ട് വരാൻ അമ്മ പറഞ്ഞു.

“ജാനകിയെ കാണുന്നില്ലല്ലോ എങ്ങോട്ടു പോയി?” വന്നയുടൻ തന്നെ ജാനകിയുടെ ബഹളവും ഓട്ടപ്പാച്ചിലും കാണാത്തതുകൊണ്ട് അവളുടെ കൂടിനടുത്തൊക്കെ പോയി നോക്കിയ ശേഷം അച്ഛൻ ചോദിച്ചു. അമ്മ ടിവി സ്റ്റാന്റിന് പിന്നിലേക്ക് അച്ഛനെ കണ്ണു കാണിച്ചു.

“ജാനകി പോയോ? എങ്കിൽ ഈ കൂട് എടുത്ത് നമുക്കാർക്കെങ്കിലും കൊടുത്തുകളയാം.” ടി.വി. സ്റ്റാന്റിനടുത്തേക്ക് ചെന്ന് ജാനകി കേൾക്കത്തക്കവിധത്തിൽ കള്ളഭാവത്തോടെ അച്ഛൻ പറഞ്ഞു.

അത് കേട്ടയുടൻ തന്നെ “കി ക്കീ...” എന്നു നിലവിളിച്ചുകൊണ്ട് ജാനകി പുറത്തേക്ക് വന്നു. മാലയും കഴുത്തിൽ തൂക്കി ധൃതിപ്പെട്ട് പുറത്തേക്ക് അവൾ വരുന്നത് കണ്ടിട്ട് അച്ഛന് ചിരി അടക്കാൻ പറ്റിയില്ല. ആ വരവ് കണ്ടാ അച്ഛനെന്നല്ല ആർക്കും ചിരിക്കാതിരിക്കാൻ പറ്റില്ല. നേരെ ഓടിപ്പാഞ്ഞ് വന്ന് അവൾ അമ്മയുടെ കാലിലൂടെ വലിഞ്ഞ് പിടിച്ച് മടിയിൽ കയറി ഇരിപ്പായി.

“ഓ... പുതിയ മാലയൊക്കെ വാങ്ങിയല്ലോ?” അച്ഛൻ ജാനകിയുടെ കഴുത്തിൽ കിടന്ന മാലയിൽ തൊട്ടു. ഉടൻ തന്നെ “കിക്കീ... കിക്കിക്കീ...” എന്ന് തുരുതുരെ അവൾ അച്ഛനെ വഴക്ക് പറയാൻ തുടങ്ങി. കൂടെടുത്ത് ആർക്കെങ്കിലും കൊടുക്കുമെന്ന് പറഞ്ഞതിനും മാലയിൽ തൊട്ടതിനും ചേർത്ത് ഒരുമിച്ചായിരുന്നു ജാനകിയുടെ ശകാരം. “എനിക്ക് ആരുടേം ഒന്നും വേണ്ടേ” എന്ന് ജാനകിയോട് ഒരു പേടി അഭിനയിച്ച് പറഞ്ഞുകൊണ്ട് അച്ഛൻ കടയിൽ നിന്നും വന്ന വേഷം മാറാൻ റൂമിലേക്ക് പോയി.

‘‘അപ്പോൾ കിങ്ങിണിക്ക് ഇനി വേറെ മാല വാങ്ങേണ്ടിവരും. ഇവൾ ഇതു തരുന്ന ലക്ഷണമില്ല.’’ അമ്മ കിങ്ങിണിയോട് പറഞ്ഞു

‘‘ഏതായാലും അവളും അമ്മയുടെ മോളല്ലേ? അതവളുടെ കഴുത്തിൽ കിടന്നോട്ടെ.’’ കിങ്ങിണി വല്യ പക്വമതിയായി.

‘‘നല്ല കുട്ടി.” അമ്മ കിങ്ങിണിക്ക് ഒരുമ്മ കൊടുത്തു. “ജാനകിയുടെ കഴുത്തിൽ മാല കിടന്നാൽ ശരിയാവില്ല. തൂവലൊക്കെ കൊഴിഞ്ഞുപോകും. ഉറങ്ങാൻ നേരം ഊരി എടുക്കണം.” ജാനകി

കേൾക്കാതെ രഹസ്യത്തിൽ അമ്മ ഞങ്ങളോട് പറഞ്ഞു. അതേ സമയം ചുണ്ടുകൊണ്ടു കൊത്തി മാല കണ്ണിനു നേരെ കൊണ്ടു വന്ന് അതിന്റെ സ്വർണ്ണത്തിളക്കത്തിൽ ലയിച്ചിരിക്കുകയായിരുന്നു ജാനകി എന്ന സുന്ദരി.

ആറ്

രാമ രാമ രാമ രാമ
രാമ രാമ പാഹിമാം
രാമ പാദം ചേരണേ
മുകുന്ദ രാമ പാഹിമാം.....

സിറ്റൗട്ടിൽ, നിലത്ത് കത്തിച്ച് വെച്ചിരിക്കുന്ന നിലവിളക്കിനു സമീപത്തായി കസേര ഇട്ടിരുന്ന് മുത്തശ്ശി സന്ധ്യാനാമം ചൊല്ലി. അതിനടുത്ത് പായ വിരിച്ച് എന്നേയും കിങ്ങിണിയേയും മുത്തശ്ശി അതിലിരുത്തി. ഞങ്ങൾ നിലവിളക്കിലെ വെളിച്ചത്തിന് നേരെ കണ്ണടച്ച് കൈകൂപ്പിക്കൊണ്ട് മുത്തശ്ശിയുടെ കൂടെ സന്ധ്യാനാമം ഏറ്റുചൊല്ലി. ഞങ്ങൾ സിറ്റൗട്ടിലിരുന്ന് നാമം ചൊല്ലുമ്പോൾ ഡൈനിംഗ് ഹാളിലെ കൂട്ടിനുള്ളിലിരുന്ന് വേറൊരാൾ അത് ഏറ്റുചൊല്ലുന്നുണ്ടായിരുന്നു.

"ഇവൾ ആള് തരക്കേടില്ലല്ലോ..." ജാനകി നാമം ചൊല്ലിയതുകേട്ട് മുത്തശ്ശി മൂക്കത്ത് വിരൽ വെച്ചു. "നാളെ ഇവളെക്കൂടി നാമം ചൊല്ലാൻ കൂട്ടണം."

"കൊള്ളാം, എന്നാ അവള് മുമ്പേ നിൽക്കും." സിറ്റൗട്ടിൽ വന്ന് നിലവിളക്ക് കുനിഞ്ഞെടുക്കുന്നതിനിടെ അമ്മ പറഞ്ഞു. "നിങ്ങൾ ഒരു നാമം ചൊല്ലുമ്പോൾ അവൾ പത്ത് നാമം ചൊല്ലും."

അമ്മയുടെ അമ്മയാണ് മുത്തശ്ശി. അമ്മാവനോടൊപ്പമാണ് മുത്തശ്ശി താമസമെങ്കിലും എല്ലാ ചിങ്ങമാസത്തിലും മലയാളം പുതുവർഷം തുടങ്ങുന്നതു മുതൽ ഓണം കഴിയുന്നതുവരെ മുത്തശ്ശി ഞങ്ങടെ വീട്ടിലുണ്ടാവും. മുത്തശ്ശി വീട്ടിലുള്ളപ്പോൾ ഞങ്ങൾ രണ്ടാൾക്കും കോളാണ്. ഏകദേശം രണ്ട് മാസത്തോളം ഞങ്ങൾ രണ്ടാൾക്കും വയറു നിറയെ തിന്നാനുള്ള പലഹാരങ്ങളും ആയിട്ടായിരിക്കും മുത്തശ്ശിയുടെ വരവ്. നെയ്യപ്പം, അച്ചപ്പം, മുറുക്ക്, വെട്ടുകേക്ക്, പഞ്ചസാര പാണിയിൽ മുക്കിയെടുത്ത ബോളി, ലഡു, ജിലേബി... അങ്ങനെ കൊതിപ്പിക്കുന്ന ഒത്തിരി പലഹാരങ്ങൾ ഉണ്ടാകും മുത്തശ്ശി കൊണ്ടുവരുന്ന പായ്ക്കറ്റുകളിൽ. സാധനങ്ങളെല്ലാം നേരിട്ട് പോയി എടുത്ത്, പലഹാരം ഉണ്ടാക്കുന്ന ആളിനെ

വീട്ടിൽ വിളിച്ചുവരുത്തി ഒരാഴ്ച സമയം കൊണ്ടാണ് ഇവയെല്ലാം റെഡിയാക്കി കൊണ്ടുവരുന്നത്.

"നാമം ചൊല്ലിയതിന് ജാനകിക്ക് ഒരു ലഡു ഇരിക്കട്ടെ." മുത്തശ്ശി ഒരു ലഡു പൊട്ടിച്ച് അവളുടെ കൊക്കിലേക്ക് വെച്ചു കൊടുത്തു. ലഡു തിന്നു തീർന്നതും ജാനകി കൂട്ടിനുള്ളിലെ വളയത്തിൽ കയറി കണ്ണുമടച്ച് ഒറ്റയിരുപ്പായി. ഇടയ്ക്കിടെ ഉറക്കം തൂങ്ങുന്നതുപോലെ കഴുത്ത് കുനിഞ്ഞുവരും. പെട്ടെന്ന് ഞെട്ടിയുണർന്ന് അവൾ നേരെ ഇരിക്കുകയും ചെയ്യും. എന്താണിവൾക്ക് സംഭവിച്ചത്? ലഡു തിന്നതിനെ തുടർന്ന് പെട്ടെന്നവൾക്കുണ്ടായ മാറ്റത്തിൽ ഞങ്ങൾ തെല്ലൊന്നമ്പരന്നു. അകത്തു മുറിയിലിരുന്ന് ഓഫീസിലെ കടലാസ്സുകൾ എഴുതിക്കൊണ്ടിരുന്ന അമ്മയെ അനിയത്തി ഓടിപ്പോയി വിളിച്ചുകൊണ്ടുവന്നു.

"മുത്തശ്ശി ലഡു കൊടുത്തതും അതും തിന്നിട്ട് ദാ ഇങ്ങനെ ഒറ്റയിരുപ്പാണ്." കണ്ണുംപൂട്ടിയുള്ള ജാനകിയുടെ ഇരുപ്പ് അനുകരിച്ചു കൊണ്ട് അമ്മയോട് അനിയത്തി പറഞ്ഞു.

"ഞാനൊന്നു നോക്കട്ടെ." അമ്മ കൂട്ടിനടുത്തേക്ക്വന്ന് മുഖം ചേർത്തുവെച്ച് ജാനകി കണ്ണും പൂട്ടി ഇരിക്കുന്നത് നിരീക്ഷിച്ചു. അമ്മയുടെ മുഖത്തെ ടെൻഷൻ പെട്ടെന്ന് മാറി. ആ ഭാവമാറ്റത്തിൽ നിന്ന് മനസ്സിലായി ജാനകിയുടെ മയക്കത്തിന്റെ കാരണം അമ്മയ്ക്ക് പിടികിട്ടി എന്ന്.

"ഇവൾ സ്വപ്നം കാണുകയാണ്..." അമ്മ പറഞ്ഞു.

"എന്ത് സ്വപ്നം?" ഞാൻ ചോദിക്കും മുൻപേ മുത്തശ്ശി ആ ചോദ്യം ചോദിച്ചു.

"മുത്തശ്ശി കൊടുത്ത ലഡുവും തിന്നിട്ട് ആ ലഡുവിനെ സ്വപ്നം കാണുകയാണ് അവൾ.'' അമ്മ ചിരിച്ചുകൊണ്ടു പറഞ്ഞു. "വിശ്വാസം വരുന്നില്ല അല്ലേ. ദാ നോക്കിയേ, ഉറങ്ങുന്നതിനിടെ ഇവളിരുന്ന് നാവുനുണയുന്നത് കണ്ടോ?" അതും പറഞ്ഞ് അമ്മ ജാനകിയുടെ കൂട്ടിൽ പിടിച്ച് ചെറുതായൊന്നു കുലുക്കി അവളെ ഉണർത്താൻ ശ്രമിച്ചു. അമ്മ പറഞ്ഞതു കേട്ട് ഞങ്ങൾക്കും മുത്തശ്ശിക്കും സമാധാനമായി.

"ഊം... ഇവൾ കൊള്ളാം. പുലിയാണ്." ജാനകിയെ നോക്കി മുത്തശ്ശി തലയാട്ടി. "ഇവളെ ഉണർത്താൻ ഒരു വിദ്യയുണ്ട്." മുത്തശ്ശി റൂമിനുള്ളിലേക്ക് പോയി. പലഹാര ടിൻ തുറന്ന് അതിൽ നിന്ന് മൂന്ന് ജിലേബി എടുത്തുകൊണ്ടുവന്നു. എന്നിട്ട് ഞങ്ങൾ പഠിച്ചു കൊണ്ടിരുന്ന പുസ്തകങ്ങൾ ടീപ്പോയുടെ ഒരു വശത്തേക്ക് നീക്കിയിട്ട് ജിലേബി പാത്രത്തിലാക്കി അവിടെ വെച്ചു.

“എങ്ങനെയാണ് ജിലേബി ഉണ്ടാക്കുന്നതെന്നറിയാമോ?” ജാനകി കേൾക്കുംവിധം മുത്തശ്ശി ഞങ്ങളോടു ചോദിച്ചു.

“ഇല്ല” എന്ന് ഞങ്ങൾ രണ്ടാളും തലയാട്ടി.

“എന്നാൽ കണ്ണടച്ചിരുന്നോളൂ... ഞാൻ പറഞ്ഞുതരാം.” മുത്തശ്ശി അതു പറഞ്ഞതും ഞാനും അനിയത്തിയും കണ്ണുംപൂട്ടി ഇരുന്നു. ജാനകി കൂട്ടിൽ നേരത്തേ തന്നെ കണ്ണുമടച്ച് ഉറക്കമാണല്ലോ. അതുകൊണ്ട് അവളോട് പിന്നെ പ്രത്യേകമായി പറയേണ്ടതില്ല.

വലിയ ഇരുമ്പിൻചട്ടിയിൽ എണ്ണ തിളപ്പിക്കുന്നതും അതിലേക്ക് ഓറഞ്ചു നിറമുള്ള മാവ് ചുറ്റിച്ചുറ്റി വീഴ്ത്തുന്നതും മൊരിഞ്ഞ പലഹാരം ചട്ടുകംകൊണ്ട് കോരിയെടുത്ത് പഞ്ചസാരപാനിയിൽ മുക്കുന്നതുമെല്ലാം മുത്തശ്ശി ഇങ്ങനെ പൊലിപ്പിച്ച് പറഞ്ഞുകൊണ്ടിരുന്നപ്പോൾ ഞങ്ങൾക്ക് കൊതി സഹിക്കാനായില്ല. മുത്തശ്ശി കണ്ണു തുറക്കാൻ പറയും മുൻപേ ഞങ്ങൾ തുറന്നു. അപ്പോഴുണ്ട് മുന്നിലെ പാത്രത്തിൽ മൂന്ന് ജിലേബി ഇരുന്നിടത്ത് രണ്ടെണ്ണമേയുള്ളൂ. ഒരെണ്ണം എവിടെപ്പോയി എന്നു നോക്കുമ്പോഴുണ്ട് ഒരാൾ ചുണ്ടിൽ ഒരു ജിലേബിയും കൊത്തിയെടുത്ത് മൂടും കുലുക്കി ഓടുകയാണ്. മുത്തശ്ശി ജിലേബിക്കഥ തുടങ്ങിയപ്പോൾ തന്നെ കൊതിച്ചി ജാനകി കള്ളയുറക്കം നിർത്തി കൂട്ടിൽനിന്നു പുറത്തിറങ്ങി വന്നിരുന്നുവത്രെ!

ജിലേബിയുമായി ജാനകി ഓടിനേരെ റൂമിലിരിക്കുകയായിരുന്ന അമ്മയുടെ അടുത്ത് ചെന്നു. ചുണ്ടിൽ നിന്നും ജിലേബി നിലത്ത് വെയ്ക്കാതെ ഒരു കാൽകൊണ്ട് അത് ഉയർത്തിപ്പിടിച്ച് അവൾ അമ്മയെ വിളിച്ചു. ജാനകി ഇപ്പോൾ കുറെ ദിവസമായി അങ്ങനെയാണ്. ഭക്ഷണം പാത്രത്തിൽ വെച്ചുകൊടുത്താൽ കൊക്കുകൊണ്ട് കൊത്തിത്തിന്നുന്നതിനു പകരം അവൾ കാലുകൊണ്ട് അതെടുത്ത് വായിലേക്ക് വക്കും. അമ്മ പറയുന്നത് നമ്മൾ കൈകൊണ്ട് വാരിത്തിന്നുന്നത് കണ്ടാണ് അവളും അങ്ങനെ പഠിച്ചതെന്ന്. അവളുടെ കാലിനെ അമ്മ ഇപ്പോൾ ‘കൈ’ എന്നാണ് പറയുന്നത്. ജാനകി ബിസ്ക്കറ്റോ ആപ്പിളിന്റെ കഷ്ണമോ കാലുകൊണ്ട് എടുത്ത് ചുണ്ടിലേക്ക് വെയ്ക്കുമ്പോൾ അമ്മ പറയും “ദാ, കണ്ടോ, എന്റെ കൊച്ച് കൈകൊണ്ട് ഭക്ഷണം എടുത്ത് തിന്നുന്നത്”എന്ന്. അതുപോലെ ജിലേബിയും ഒരു കൈയ്യിൽ പിടിച്ച് നിന്ന് ജാനകി അമ്മയോട് എന്തൊക്കെയോ ചോദിച്ചു.

“അമ്മയ്ക്ക് വേണ്ട. മോള് തിന്നോ.” ജാനകി ആ ചോദിച്ചതിന് അമ്മ മറുപടി പറഞ്ഞു. “കണ്ടു പഠിക്ക്... എന്റെ കൊച്ചിന്റെ സ്നേഹം കണ്ടോ? ഒരു ജിലേബി കിട്ടിയതുംകൊണ്ട് അത് എന്റടുത്ത് വന്നു. നിങ്ങൾ രണ്ടാളും അമ്മയ്ക്ക് അല്പം വേണോ എന്നു പോലും ചോദിച്ചില്ല.” അമ്മ ഞങ്ങളോട് പരിഭവപ്പെട്ടു.

“അയ്യോ സോറി അമ്മേ... അമ്മയ്ക്ക് വേണമായിരുന്നോ?” ഞാൻ ചോദിച്ചു.

“പോടാ... അവന്റെ ഒരു കള്ളസ്നേഹം.” എന്റെ ചോദ്യത്തിൽ അമ്മയ്ക്ക് വിശ്വാസം വന്നില്ല. ജിലേബി ഒന്നിച്ചു വിഴുങ്ങിയ കാരണം അനിയത്തിക്ക് ഒന്നും ചോദിക്കാൻ അവസരം കിട്ടിയില്ല!

“ഒരു പെൻസിലും കടലാസും ഇങ്ങെടുത്തേടീ കിങ്ങിണീ.” ജിലേബിയും തിന്നിട്ട് അമ്മയുടെ റൂമിൽ നിന്നും ഇറങ്ങി അടുത്തേക്ക് വന്ന ജാനകിയെ എടുത്ത് മടിയിലിരുത്തിക്കൊണ്ട് മുത്തശ്ശി പറഞ്ഞു. എന്തിനാണ് ഇപ്പോൾ പെൻസിലും കടലാസും എന്ന സംശയത്തോടെ മുഖത്തേക്ക് നോക്കിയ കിങ്ങിണിയോട് മുത്തശ്ശി ചോദിച്ചു:

“നിന്റെ അമ്മയേയും അമ്മാവനേയും പിന്നെ നിങ്ങൾ രണ്ടാളേയും ‘ഹരിശ്രീ’എഴുതിച്ചത് ആരാ?”

മുത്തശ്ശിയാണ് എന്നെയും കിങ്ങിണിയേയും ‘ഹരിശ്രീ’ എഴുതിച്ചത്. അമ്മയേയും അമ്മാവനേയും മാത്രമല്ല നാട്ടിലുള്ള ഭൂരിപക്ഷം കുഞ്ഞുങ്ങളെയും മുത്തശ്ശിയാണ് എഴുത്തിനിരുത്തിയിട്ടുള്ളത്. മുത്തശ്ശിയുടെ അച്ഛന്റെ പരിശ്രമംകൊണ്ടാണ് അവരുടെ നാട്ടുമ്പുറത്ത് അന്ന് സർക്കാർ സ്കൂൾ അനുവദിച്ചത്. അവിടുത്തെ ആദ്യ അധ്യാപികയായിരുന്നു മുത്തശ്ശി. മുത്തശ്ശി പഠിപ്പിച്ചിട്ടില്ലാത്തവർ ആയി അന്ന് ആ നാട്ടിൽ ആരും ഉണ്ടായിരുന്നില്ല. അതുകൊണ്ടു തന്നെ നാട്ടിലുള്ള എല്ലാവർക്കും ടീച്ചർ ആയിരുന്നു മുത്തശ്ശി. ഹെഡ് മിസ്ട്രസ്സായി വിരമിച്ചശേഷം മുത്തശ്ശിയെ കുട്ടികൾ ടീച്ചറമ്മൂമ്മ എന്ന് വിളിക്കാൻ തുടങ്ങി.

“കൈകൊണ്ട് ഭക്ഷണം എടുത്ത് കഴിക്കാൻ പറ്റുന്നുണ്ടെങ്കിൽ പെൻസിലും പേനയും പിടിക്കാനും ഇവൾക്ക് പറ്റും.” ജാനകി ഹരിശ്രീ കുറിക്കുന്നത് കാണാൻ വന്ന അമ്മയോട് മുത്തശ്ശി പറഞ്ഞു. “എഴുത്തച്ഛൻ ശാരികപൈതലിനെക്കൊണ്ട് കഥ പറയിച്ചതേയുള്ളൂ. അമ്മ ജാനകിയെക്കൊണ്ട് കഥ എഴുതിക്കുമോ?” അതും പറഞ്ഞ് അമ്മ കിങ്ങിണിയുടെ പെൻസിൽ വാങ്ങി ജാനകിക്ക് നീട്ടിക്കൊടുത്തു. ഉടൻ തന്നെ ജാനകി അതു ചാടിപ്പിടിച്ചു. നിലത്ത് നിവർത്തിയിട്ട കടലാസ്സിൽ ജാനകിയുടെ കൈപിടിച്ച് മുത്തശ്ശി ‘ഹരിശ്രീ ഗണപതയേ നമഃ’ എന്നെഴുതിച്ചു.

“നാവിൽ എഴുതണ്ടമ്മേ...., കൊത്തും. മഹാപെശകാണ്.” അമ്മ പറഞ്ഞതുകൊണ്ട് മുത്തശ്ശി ജാനകിയുടെ നാവിൽ ഹരിശ്രീ എഴുതിയില്ല. എഴുത്ത് കഴിഞ്ഞ് മുത്തശ്ശിയുടെ കൈയിൽ നിന്നും പെൻസിലുമായി നിലത്തിറങ്ങിയ ജാനകി എല്ലാവരേയും വളരെ ഗൗരവത്തിൽ തലവെട്ടിച്ച് നോക്കി.

"ഇവളുടെ നോട്ടം കണ്ടിട്ട് ഐ.എ.എസ് ആവാനുള്ള പുറപ്പാടാണെന്ന് തോന്നുന്നു." അമ്മ പറഞ്ഞു.

"ഐ.എ.എസ്സുകാരീ എന്റെ പെൻസിലാണത് തന്നേ... എനിക്കെഴുതാനുള്ളതാ." അനിയത്തി അവളുടെ പെൻസിൽ തിരികെ ആവശ്യപ്പെട്ടു. ജാനകി അതുകൊടുത്തില്ല എന്നു മാത്രമല്ല പതിവു പോലെ അതുംകൊണ്ട് അവിടുന്ന് ഓടിക്കളയുകയും ചെയ്തു.

"നീ ഇതു വച്ചെഴുത്, അവളതെടുത്തോട്ടെ." കിങ്ങിണിക്ക് അമ്മ അലമാരയിൽ നിന്ന് വേറെ പെൻസിൽ എടുത്തുകൊടുത്തു.

ഇറയത്തു നിന്ന് അകത്തേക്ക് ഓടിപ്പോയ ജാനകി അവളുടെ കളിപ്പാട്ടശേഖരത്തിൽ നിന്ന് പെൻസിൽ ബാഗും കൂടെ കൊത്തിയെടുത്താണ് തിരിച്ചുവന്നത്. ആ കാഴ്ച കണ്ട് മുത്തശ്ശിക്ക് അത്ഭുതപ്പെടാതിരിക്കാനായില്ല.

"ഗീതേ, എനിക്ക് മനസ്സിലാകുന്നില്ല, ഇവൾ തത്തയാണോ അതോ മനുഷ്യനാണോ?" അമ്മയോട് മുത്തശ്ശി ചോദിച്ചു.

"ജാനകി തത്തയാണെന്ന കാര്യം അവൾക്കറിയില്ലമ്മേ." ജാനകിയുടെ കൈയിൽ നിന്നും അമ്മ പെൻസിൽ വാങ്ങി അത് ബാഗിനകത്ത് വെച്ച് സിബ്ബ് ഇട്ട് തിരിച്ചു കൊടുത്തു. "ജാനകിയുടെ വിചാരം അവൾ എന്റെ മൂന്നാമത്തെ മോളാണെന്നാണ്."

പെൻസിൽബാഗും കൊത്തി എടുത്തുകൊണ്ട് ഹാളിലെ ടി.വി. സ്റ്റാന്റിന്റെ പുറകിലേക്കാണ് ജാനകി പോയത്. അവിടെയാണ് അവളുടെ രഹസ്യകേന്ദ്രം!

"എന്റെ ഈ വലിയ മക്കൾക്ക് പോലും അവരുടെ സാധനങ്ങൾ ഇങ്ങനെ സൂക്ഷിക്കാൻ അറിയില്ല." കിട്ടിയ അവസരത്തിൽ അമ്മ എന്നെയും അനിയത്തിയേയും താങ്ങി. "എങ്ങനെയുണ്ട് അമ്മയുടെ പുതിയ ചെറുമകൾ?" അമ്മ അമ്മൂമ്മയോട് ചോദിച്ചു. ആ ചോദ്യത്തിന് മറുപടി ആയി തള്ളവിരലും ചൂണ്ടുവിരലും ചേർത്തുപിടിച്ച് മുത്തശ്ശി "സൂപ്പർ..." എന്ന് ആംഗ്യം കാണിച്ചു.

പിറ്റേ ദിവസം മുതൽ പുതിയ ഒരു വിദ്യാർത്ഥി കൂടി ഞങ്ങളുടെ ടേബിളിൽ പഠിക്കാനുള്ള സ്ഥലം കണ്ടെത്തി. ആ വിദ്യാർത്ഥി ഞങ്ങളെപ്പോലെ ആയിരുന്നില്ല. ഒരിടത്ത് അടങ്ങി ഒതുങ്ങി ഇരുന്ന് പുസ്തകം വായിക്കാനൊന്നും പുള്ളിക്കാരിക്ക് ആവില്ല. ഞങ്ങൾ പഠിക്കാനായി തുറന്നുവെച്ചിരിക്കുന്ന പുസ്തകങ്ങൾക്ക് മീതെ അങ്ങോട്ടും ഇങ്ങോട്ടും നടപ്പാണ് പ്രധാന പരിപാടി. പുള്ളിക്കാരിയുടെ പെൻസിൽബാഗ് തുറന്ന് പെൻസിൽ എടുത്തുകൊണ്ട് വരും. അത് പുസ്തകത്തിന് മീതെ കൊണ്ടുവെച്ചിട്ട് കൈകൊണ്ട് അങ്ങോട്ടുമിങ്ങോട്ടും നീക്കും. പുള്ളിക്കാരി എഴുതാനുള്ള ശ്രമത്തിലാണെന്നാണ് മുത്തശ്ശി പറയുന്നത്. ഇടയ്ക്ക് ഞാനോ അനിയത്തിയോ

വെള്ളം കുടിക്കാനോ അല്ലെങ്കിൽ അമ്മ വിളിച്ചിട്ടോ എഴുന്നേറ്റ് അവിടെ നിന്ന് ഒന്ന് മാറിയാൽ ഉടൻ തുടങ്ങും കക്ഷി ബഹളം. അതു കണ്ടിട്ട് മുത്തശ്ശി പറഞ്ഞു "ജാനകിക്ക് പെട്ടെന്ന് പ്രമോഷൻ കിട്ടിയ പോലുണ്ട്. അവളിപ്പോൾ നിങ്ങളുടെ ടീച്ചറാണ് എന്നാണ് വിചാരിക്കുന്നത്. കേട്ടില്ലേ എഴുന്നേറ്റു പോകുമ്പോഴുള്ള ശകാരം?" ഞങ്ങൾ പഠനം കഴിഞ്ഞ് പുസ്തകം മടക്കി വെച്ചാലുടൻ ജാനകിയും പെൻസിലെടുത്ത് ബാഗിൽ വെച്ച് അതുമായി അവളുടെ രഹസ്യകേന്ദ്രത്തിലേക്ക് പോകും.

സന്ധ്യാനാമം ചൊല്ലിക്കഴിഞ്ഞാൽ അധികം താമസിയാതെ മുത്തശ്ശി അത്താഴം കഴിക്കും. അതിനു ശേഷമാണ് മുത്തശ്ശി അതാത് ദിവസങ്ങളിലെ പത്രം വായിക്കുന്നത്. വളരെ വിശാലമായ ഒരു പരിപാടിയാണ് മുത്തശ്ശിയുടെ പത്രം വായന. ടീപ്പോയുടെ മുകളിലേക്ക് പത്രത്തിന്റെ ഇരുപുറവും നിവർത്തി വിരിച്ചിട്ട് മുന്നോട്ട് ആഞ്ഞ് താടിയിൽ കൈയ്യും കൊടുത്തിരുന്ന് മുത്തശ്ശി ഓരോ വരിയിലൂടെയും വാക്കിലൂടെയും സൂക്ഷ്മതയോടെ കണ്ണോടിക്കും. നിശ്ശബ്ദമായാണ് വായനയെങ്കിലും ആ വായനയ്ക്കൊപ്പിച്ച് ചെറുതായി ചുണ്ടനക്കും. പത്രമായാലും പുസ്തകങ്ങളായാലും മുത്തശ്ശി വായിക്കാൻ തുടങ്ങിക്കഴിഞ്ഞാൽ പിന്നെ പുറമേയുള്ള ഒരു കാര്യങ്ങളും അറിയുകയേയില്ല. ചായ കൊണ്ടുവച്ചിട്ട് "മുത്തശ്ശീ ചായ" എന്നു പറഞ്ഞാലൊന്നും കേൾക്കില്ല. കുലുക്കി വിളിച്ച് പറഞ്ഞെങ്കിൽ മാത്രമേ അറിയൂ. അപ്പോൾ വേറെ ഏതോ ലോകത്തുനിന്ന് ഞെട്ടിയുണരും പോലെയാകും മുത്തശ്ശി വിളികേൾക്കുക. എന്നാൽ ജാനകി എഴുത്തും വായനയും തുടങ്ങിയതോടെ മുത്തശ്ശിയുടെ ഈ ഏകാന്തവായനയ്ക്കും പണികിട്ടി. എന്താണെന്ന് വെച്ചാൽ ജാനകിയും പത്രവായന തുടങ്ങി! മുത്തശ്ശി നിവർത്തിയിട്ട പത്രത്തിലൂടെ ഓടി നടന്നാണ് ജാനകി പത്രം വായിക്കുന്നത്. ജാനകിയുടെ ഓട്ടവും ഉച്ചത്തിലുള്ള വാർത്താവായനയും കാരണം മുത്തശ്ശി പെട്ടു എന്ന് പറഞ്ഞാൽ മതിയല്ലോ.

ഉടൻ മുത്തശ്ശി ഒരു ഐഡിയ കണ്ടെത്തി.

ജാനകിയെ കീഴ്പ്പെടുത്താനുള്ള മുത്തശ്ശിയുടെ അടുത്ത ഐഡിയ. എനിക്കും കിങ്ങിണിക്കും ഇംഗ്ലീഷ് കൂടുതൽ വശമാകാൻ വേണ്ടി അച്ഛൻ മലയാളം പത്രത്തിനു പുറമേ ഇംഗ്ലീഷ് പത്രം കൂടി വരുത്തിയിരുന്നു. ഇംഗ്ലീഷിൽ അത്ര അറിവ് ഇല്ലാത്തത് കാരണമാണത്രെ അച്ഛൻ പ്രീഡിഗ്രിക്ക് പൊട്ടിയതും പഠനം നിർത്തിയതും. വല്ലപ്പോഴും പടം നോക്കാനല്ലാതെ ഞാനോ കിങ്ങിണിയോ ആ ഇംഗ്ലീഷ് പത്രം തുറന്നു നോക്കാറേ ഇല്ല. രാവിലെയുള്ള തിരക്കിൽ മലയാളം പത്രംതന്നെ കൈകൊണ്ട് തൊടാൻ അമ്മയ്ക്ക് നേരം

കിട്ടാറില്ല. കടയിലേക്കു പോകുമ്പോൾ അച്ഛൻ മലയാളംപത്രം മാത്രം എടുത്തുകൊണ്ടുപോകും. അവിടെ ചെന്നിട്ടാണ് വായന. അങ്ങനെ ആർക്കും വേണ്ടാതെ മൂലയിൽ കിടന്ന ഇംഗ്ലീഷ് പത്രമെടുത്ത് മുത്തശ്ശി വളരെ കാര്യമായി നിലത്ത് വിരിച്ചു. എന്നിട്ട് ജാനകിയോട് പറഞ്ഞു:

"ഈ പത്രം ജാനകിടീച്ചർക്ക് വേണ്ടി പ്രത്യേകം വരുത്തുന്നതാ. ടീച്ചർ വേഗം വന്ന് ഇതിലെ വാർത്തകൾ വായിച്ചാട്ടെ." അതു കേട്ടതും ജാനകിക്ക് സന്തോഷമായി. അവൾ ഉടനെ ടീപ്പോയിൽ നിന്നും താഴേക്ക് ചാടിയിറങ്ങി ഇംഗ്ലീഷ് പത്രത്തിലേക്ക് ഓടിച്ചെന്നു കയറി അങ്ങോട്ടുമിങ്ങോട്ടും തിരക്കുപിടിച്ചു നടന്ന് വായന തുടങ്ങി. വായിക്കുന്നതിനിടെ പത്രത്തിൽ കാണുന്ന ചിത്രങ്ങളിൽ പോയി ഇടയ്ക്കിടെ ഷെർലക് ഹോംസ് സ്റ്റൈലിൽ കുറ്റാന്വേഷകനെപ്പോലെ സൂക്ഷിച്ച് നോക്കി ഒന്നു നിൽക്കും. എന്നിട്ട് അടുത്ത വാർത്തയിലേക്ക് കടക്കും.

"ആഹാ... ജാനകി ഇംഗ്ലീഷൊക്കെ ഇത്ര വേഗം പഠിച്ചോ?" രാത്രിയിലുള്ള കുളികഴിഞ്ഞ് തല തുവർത്തിക്കൊണ്ടുവന്ന അച്ഛൻ ആ വായന കണ്ട് ആശ്ചര്യപ്പെട്ടു.

"ഞെട്ടണ്ട. പുതിയ വീട്ടിന്റെ പാലുകാച്ചിന് ജാനകിയാണ് ആളുകളെ വെൽക്കം പറഞ്ഞ് സ്വീകരിക്കുന്നത്." അച്ഛന് ബനിയൻ കൊണ്ടുവന്ന് കൊടുക്കുന്നതിനിടെ അമ്മ പറഞ്ഞു. "വെൽക്കം പറയാനുള്ള ട്രെയിനിംഗ് ഒക്കെ ഞങ്ങൾ എപ്പൊഴേ തുടങ്ങിക്കഴിഞ്ഞു."

"ഓഹോ, അതിന്റെ ഭാഗമായിട്ടാണല്ലേ ഈ ഇംഗ്ലീഷ് പാരായണം?" അച്ഛൻ ചിരിച്ചു. മുത്തശ്ശിക്കും അതുകേട്ട് ചിരി വന്നു.

"കിക്കിക്കീ... കിക്കിക്കീ..."

"വെൽക്കം... വെൽക്കം എന്നാണ് എന്റെ കൊച്ചു പറയുന്നത്." ജാനകി പറഞ്ഞതിനെ അമ്മ മൊഴിമാറ്റം ചെയ്തു.

ഏഴ്

"**ഏ**താണ്ട് അൻപത് കൊല്ലം മുൻപ് നടന്ന സംഭവമാണിത്. മുത്തശ്ശിയുടെ കല്യാണം കഴിഞ്ഞ് കുറച്ചു നാളുകൾക്കുശേഷം. അന്നത്തെ കഥയൊക്കെ പറഞ്ഞാൽ നിങ്ങൾക്ക് ബോറടിക്കോ?" മുത്തശ്ശി സംശയം പ്രകടിപ്പിച്ചു.

"ഇല്ല മുത്തശ്ശീ... മുത്തശ്ശി ഏത് കഥ പറഞ്ഞാലും സൂപ്പറായിരിക്കും." ഞങ്ങൾക്ക് മുത്തശ്ശിയുടെ കഥ കേൾക്കാൻ ധൃതിയായി.

മുത്തശ്ശി വന്നാൽ എന്റെയും കിങ്ങിണിയുടെയും കിടപ്പ് മുത്തശ്ശിയുടെ അടുത്താണ്. ഇടതും വലതുമായി ഞാനും കിങ്ങിണിയും കെട്ടിപ്പിടിച്ച് അങ്ങനെ കിടക്കുമ്പോൾ മുത്തശ്ശി ഓരോരോ കഥകൾ പറയും. കേട്ടാലും കേട്ടാലും മതിവരാത്ത നൂറ് നൂറ് കഥകളറിയാം മുത്തശ്ശിക്ക്.

“ഞാൻ പറഞ്ഞില്ലേ ഇതു കഥയല്ല. യഥാർത്ഥത്തിൽ നടന്ന സംഭവമാണ്.” ഒന്നു നിർത്തി അല്പം ഗൗരവത്തോടെ മുത്തശ്ശി ചോദിച്ചു: “പേടിയുണ്ടോ രണ്ടാൾക്കും?”

“ഇല്ലില്ല. ഞങ്ങൾ മുത്തശ്ശിയുടെ അടുത്തല്ലേ കിടക്കുന്നത്?”

“അന്ന് കിഴക്കനേലയിൽ ഇത്രയും അടുത്ത് വീടുകളോ ഇത്രയധികം ആൾത്തിരക്കോ ഒന്നുമില്ല. ടാറിട്ട റോഡുകൾക്കു പകരം ചെമ്മണ്ണു പറക്കുന്ന മൺതടങ്ങളായിരുന്നു. തടങ്ങൾക്കിരുവശവും മുയലും കുറുക്കനും പലതരം കിളികളുമൊക്കെയുള്ള പറങ്കിമാവിൻ കാടുകളായിരുന്നു. ചെമ്മൺതടത്തിലൂടെ മണികിലുക്കിക്കൊണ്ട് ഇടയ്ക്കിടെ കാളവണ്ടികൾ പോകും. മലയോര പ്രദേശങ്ങളിൽ നിന്ന് കൊല്ലം ചിന്നക്കട മാർക്കറ്റിലേക്കും തിരിച്ചും സാധന സാമഗ്രികൾ കൊണ്ടുപോകുന്നവയായിരുന്നു അവയിൽ ഏറെയും. ഇലക്ട്രിസിറ്റിയെപ്പറ്റിയൊന്നും സ്വപ്നം കാണാൻ പോലും തുടങ്ങിയിരുന്നില്ല അന്നിവിടെയുള്ള ആളുകൾ. സന്ധ്യയായാൽ കത്തിച്ചുവെച്ച മണ്ണെണ്ണ വിളക്കുകളായിരുന്നു വെളിച്ചത്തിനു ശരണം. അങ്ങനെയിരിക്കെ ഒരു ദിവസം നാട്ടിൽ വാർത്ത പരന്നു - “കുപ്രസിദ്ധ കവർച്ചക്കാരൻ മക്കിടിശങ്കരൻ കിഴക്കനേലയിൽ എത്തിയിട്ടുണ്ട്.” കൊല്ലത്തു നിന്ന് കടയ്ക്കലിലേക്ക് ചരക്കു കയറ്റി വന്ന കാളവണ്ടിക്കാരിൽ ഒരാളാണ് കിഴക്കനേലാ മുക്കിലെ പങ്കജാക്ഷൻ നായരുടെ ചായക്കടയിലിരുന്ന് ആദ്യമായി ഈ വിവരം പുറത്തുവിട്ടത്.

കിഴക്കനേലമുക്കിൽ അന്ന് പങ്കജാക്ഷൻനായരുടെ ചായക്കടയ്ക്ക് പുറമെ മൈതീൻ കണ്ണ് ഹാജിയുടെ ചെറിയ പലചരക്കു കടയും മുടിവെട്ടുകാരൻ വേലുവിന്റെ ബാർബർ ഷോപ്പുമാണുണ്ടായിരുന്നത്. മണ്ണ് കുഴച്ച് ഭിത്തികെട്ടി അതിനു മുകളിൽ ഓലമേഞ്ഞ ഒരു കെട്ടിടത്തിൽ തന്നെയായിരുന്നു ഈ മൂന്ന് കടകളും ഉണ്ടായിരുന്നത്. പതിനഞ്ച് പേരിൽ കൂടുതലുള്ള ആൾക്കൂട്ടം കിഴക്കനേലമുക്കിൽ അന്നില്ല. ആഴ്ചയുടെ ഒടുവിലത്തെ ചന്തദിവസത്തിൽ മാത്രം കിഴക്കനേലമുക്ക് ശബ്ദമുഖരിതമാകും. ചെറുപ്പക്കാരും വയസ്സന്മാരും എന്നു മാത്രമല്ല സമീപ സ്ഥലങ്ങളിൽ നിന്നുപോലും പെണ്ണുങ്ങളും കൊച്ചുങ്ങളും വരെ ചന്തയിലെത്തിച്ചേരും. അന്ന് ആ ചന്തയിൽ കിട്ടാത്തതായി മറ്റൊന്നും ഇല്ല. കടന്നലുകൾ ഉപേക്ഷിച്ച

കൂടുപോലെ ഉച്ചയ്ക്ക് മുൻപു തന്നെ ആളും ആരവവും ഒഴിഞ്ഞ് ചന്തയും കവലയും ശാന്തമാകും.

"ചോരക്കണ്ണനാണ് - മക്കിടി ശങ്കരന്റെ രൂപം കണ്ടാൽ തന്നെ പേടിച്ച് ബോധം കെടും." ചന്തയിൽ മീൻ കൊണ്ടുവന്ന അബ്ദുള്ള പറഞ്ഞു. നീണ്ടകര ഹാർബറിലേക്ക് ഒരിക്കൽ മക്കിടി ശങ്കരൻ ബോട്ടിൽ വന്നിറങ്ങുന്നത് അബ്ദുള്ള നേരിൽ കണ്ടിട്ടുണ്ടത്രെ.

"മടിക്കുത്തിൽ എപ്പോഴും കഠാര കാണും. എതിർക്കാൻ നിന്നാൽ ശങ്കരൻ ദുഷ്ടത്തരം കാണിക്കും." സോപ്പും ചീപ്പും കണ്ണാടിയും വിൽക്കുന്ന അണ്ണാച്ചി പറഞ്ഞു.

"നാലാള് പിടിച്ചാലൊന്നും ശങ്കരനെ പിടിയെത്തില്ല. അത്രയ്ക്കാണ് വണ്ണം. കൊന്നത്തെങ്ങിന്റെ അത്ര പൊക്കം. കറുത്ത വാവിനേക്കാൾ കറുപ്പ്." താറാവിനെ വിൽക്കാൻ വന്ന ആലപ്പുഴക്കാരൻ റാഫേൽ പറഞ്ഞു.

മക്കിടി ശങ്കരനെക്കുറിച്ചുള്ള പേടിപ്പെടുത്തുന്ന വർണ്ണനകൾ ഈ വിധം ഏറിയതോടെ ആളുകൾ പേടിച്ച് നേരം ഇരുട്ടും മുൻപ് വീടും പൂട്ടി ഇരുപ്പായി. വൈകുന്നേരം ആറുമണികഴിഞ്ഞാൽ കിഴക്കനേല മുക്കിൽ പൂർണ്ണമായും ആളൊഴിഞ്ഞു. ഓരോ ദിവസവും നേരം പുലരുന്നത് മക്കിടി ശങ്കരന്റെ പുതിയ പുതിയ കവർച്ചാ വാർത്തകളുമായിട്ടായിരുന്നു. വീടുവീടാന്തരം കയറി ഇറങ്ങി നുണ പറഞ്ഞ് ഭക്ഷണം ഇരന്നുവാങ്ങി കഴിക്കുന്ന ഒറ്റക്കണ്ണൻ തമ്പാച്ചി ആയിരുന്നു മുഖ്യവാർത്താ പ്രചാരകൻ. ദിവസം കഴിയും തോറും ആളുകളുടെ ഭയം വർദ്ധിച്ചുവന്നു. പൊലീസും തഹസിൽദാറുമൊക്കെ മക്കിടി ശങ്കരന്റെ കാര്യത്തിൽ പണ്ടേ പരാജയപ്പെട്ടിരുന്നതിനാൽ ജനത്തിന് ആരോടുപോയി പരാതി പറയണം എന്നറിയാൻ കഴിയാത്ത അവസ്ഥയായി.

"എന്നിട്ടാ മക്കിടി ശങ്കരനെ പിടിച്ചോ?" ആകാംക്ഷ മൂത്ത് അനിയത്തി കഥയുടെ ഇടയ്ക്കു കയറി.

"അതാണ് ചരിത്രം." മുത്തശ്ശി ഒരു നിമിഷം മൗനമായി ഇരുന്നു. "അക്കഥ നാളെ..."ഗുളിക കഴിച്ചിട്ടുള്ളതിനാൽ മുത്തശ്ശിക്ക് ഉറക്കം വന്ന് കണ്ണുരണ്ടും തൂങ്ങി.

"ചേട്ടാ, മക്കിടി ശങ്കരൻ ഇപ്പൊഴും ജീവിച്ചിരിപ്പുണ്ടാകുമോ?" മുത്തശ്ശിയുടെ ഉറക്കത്തിന് തടസ്സം വരാതെ അനിയത്തി ശബ്ദം താഴ്ത്തി എന്നോടു ചോദിച്ചു.

"ഉറപ്പായും ഉണ്ടാകും. കള്ളന്മാർ നൂറ് കൊല്ലം ജീവിക്കുമെന്നാണ് പറയാറ്." അതും പറഞ്ഞ് ഞാൻ കണ്ണും ഇറുക്കി അടച്ച് പുതപ്പ് തലയ്ക്കു മീതെ വലിച്ചുമൂടി മുത്തശ്ശിയോട് അല്പം കൂടി പറ്റിച്ചേർന്നു കിടന്നു.

കാതിൽ തുളഞ്ഞു കയറിയ ഒരു നിലവിളിയോടു കൂടിയാണ് പിറ്റേന്ന് നേരം പുലർന്നത്.

“അയ്യോ, എന്റെ കൊലുസ്സ് കള്ളൻ കൊണ്ടുപോയേ... എന്റെ കൊലുസ്സ് മക്കിടി ശങ്കരൻ കൊണ്ടുപോയേ...” അനിയത്തി ഉറക്ക മെണീറ്റ് ബെഡ്ഡിലിരുന്ന് ഉറക്കെ നിലവിളിച്ച് കരയാൻ തുടങ്ങി. അവളുടെ കരച്ചിൽ കേട്ടാണ് ഞാനും മുത്തശ്ശിയും ഉണർന്നത്. അമ്മയും ജാനകിയും അടുക്കളയിലായിരുന്നു. അച്ഛൻ പ്രഭാതനടത്ത ത്തിന് പോയിക്കഴിഞ്ഞാൽ ഏഴര കഴിയും തിരിച്ചെത്താൻ.

അനിയത്തിയുടെ നിലവിളി കേട്ട് അടുക്കളയിൽ നിന്ന് അമ്മ ഓടി വന്നു. “എന്താടീ രാവിലെ മനുഷ്യനെ പേടിപ്പിക്കാനായിട്ട്? ഒരു കൊലുസ്സല്ലേ കാണാത്തത്? അതാ കിടക്കയിൽ തന്നെ കാണും. നല്ലതുപോലെ ഒന്നു തട്ടിക്കുടഞ്ഞ് നോക്ക്.”

“മക്കിടി ശങ്കരനൊക്കെ മരിച്ച് മണ്ണടിഞ്ഞിട്ട് കൊല്ലം കുറെയാ യില്ലേ കിങ്ങിണി മോളേ...?” മുത്തശ്ശി അവളെ ആശ്വസിപ്പിക്കാൻ ശ്രമിച്ചു.

ഞാൻ ഉടൻ തന്നെ എഴുന്നേറ്റ് കിടക്ക കുടഞ്ഞുനോക്കി. കൊലുസ്സ് അതിലെങ്ങും ഉണ്ടായിരുന്നില്ല.

“കുളിമുറീൽ പോയി നോക്കെടീ. വൈകിട്ട് കുളിക്കാൻ കേറി യപ്പോ അവിടെ എങ്ങാനും ഊരി വീണിട്ടുണ്ടാകും.”

അമ്മ അടുക്കളയിൽ നിന്ന് വിളിച്ചു പറഞ്ഞു. “കുളിമുറിയിലെങ്ങു മില്ല.” അനിയത്തി കരച്ചിലിന്റെ ഒച്ച ഒന്നുകൂടെ കൂട്ടി.

കുറെ ദിവസം അമ്മയുടെ പിന്നാലെ നടന്ന് സോപ്പിട്ടിട്ടാണ് ഒരാഴ്ച മുൻപ് അവൾക്ക് പഴയത് മാറ്റി മണികളുള്ള പുതിയ ഒരു ജോടി കൊലുസ്സ് വാങ്ങിയത്. ഇട്ടു കൊതിമാറും മുൻപാണ് അതി ലൊന്ന് കാണാതെ പോയിരിക്കുന്നത്. ഞാനും മുത്തശ്ശിയും ഉച്ച ത്തിൽ കരഞ്ഞുകൊണ്ട് കിങ്ങിണിയും വീടായ വീടു മുഴുവൻ അരിച്ചു പെറുക്കി. പക്ഷേ കൊലുസ്സ് കണ്ടെത്താനായില്ല.

അമ്മ തെരച്ചിലിലൊന്നും പങ്കെടുക്കാതെ അടുക്കള ജോലി യിൽ തന്നെ മുഴുകി. ജാനകിയാണ് അടുക്കളയിൽ അമ്മയുടെ അസി സ്റ്റന്റ്. അമ്മ സാമ്പാറിന് കഷണം മുറിക്കുമ്പോൾ മുറത്തിൽ കുറച്ച് പച്ചക്കറി എടുത്ത് ജാനകിക്കും വെച്ചുകൊടുക്കും. ഉടൻതന്നെ ജാനകി മുറത്തിലേക്ക് ചാടിക്കയറി അവളുടെ പ്രകടനം തുടങ്ങും. അമ്മ ചെയ്യുംപോലെ വളരെ വേഗത്തിലാണ് പുള്ളിക്കാരിയും ജോലി ചെയ്യുന്നത്. പക്ഷേ കഷണങ്ങൾ മുറിക്കുന്നതിന് പകരം അമരക്ക, വെണ്ടക്ക, തക്കാളി, മത്തൻ എന്നിവയിൽ നിന്നും വിത്തു കൾ കൊത്തിത്തിന്നലാണ് അവിടെ നടക്കുന്നത്.

“അമ്മേ എല്ലാടോം നോക്കി. എങ്ങും കൊലുസ്സ് കാണുന്നില്ല.” തിരഞ്ഞ് മടുത്ത അനിയത്തി കരഞ്ഞുകൊണ്ട് അടുക്കളയിൽ ചെന്ന് അമ്മയോടു പറഞ്ഞു. കൊലുസ്സെന്നു കേട്ടതും ജാനകി മുറത്തിൽ നിന്നു ചാടി നിലത്തേക്കിറങ്ങി മൂടും കുലുക്കി അത്യാവശ്യപ്പെട്ട് ഹാളിലേക്കു ഓടിപ്പോയി. ആ ഓട്ടം കണ്ട് അമ്മ പെട്ടെന്ന് മടിയിലിരുന്ന മുറം എടുത്ത് സ്ലാബിനു മുകളിലേക്ക് വെച്ചിട്ട് അവളെ നിരീക്ഷിച്ചു. എന്തോ കാര്യം പിടികിട്ടിയ മട്ടിൽ അമ്മയുടെ ചുണ്ടിൽ ഒരു ചിരി വന്നു. ആ ചിരി പിന്നെ പൊട്ടിച്ചിരിയായി. എനിക്കും അനിയത്തിക്കും മുത്തശ്ശിക്കും എന്തിനാണ് അമ്മയിങ്ങനെ ചിരിക്കുന്നത് എന്ന് മനസ്സിലായതുമില്ല.

“കിങ്ങിണിയുടെ കരച്ചിൽ കണ്ടിട്ടാണോ നീ ചിരിക്കുന്നത്?” അമ്മയോട് മുത്തശ്ശി ചോദിച്ചു.

“അമ്മ എന്താ പറഞ്ഞത്, മക്കിടിശങ്കരൻ മരിച്ച് മണ്ണടിഞ്ഞെന്നോ?” അമ്മ ചിരി അമർത്തിക്കൊണ്ട് മുത്തശ്ശിയോട് ചോദിച്ചു.

“അതെ... എത്രയോ കൊല്ലമായി അയാൾ മരിച്ചിട്ട്.” മുത്തശ്ശി പറഞ്ഞു.

“എന്നാൽ അയാൾ മരിച്ചിട്ടില്ല. ഇപ്പോഴും ജീവനോടെയുണ്ട്.” അമ്മ ആ പറഞ്ഞത് കേട്ട് ഒന്നും മനസ്സിലാകാതെ ഞങ്ങൾ മൂവരും പരസ്പരം നോക്കി. “പക്ഷേ അയാളിപ്പോൾ ഒരു മനുഷ്യനല്ല. പകരം അയാളിപ്പോൾ ഒരു തത്തയാണ്.” അതും പറഞ്ഞ് അമ്മ നേരെ ഹാളിലുള്ള ടിവിയുടെ പുറകിലെ ജാനകിയുടെ രഹസ്യ കേന്ദ്രത്തിലേക്കു പമ്മി പമ്മി ചെന്നു. അപ്പോഴുണ്ട് അടുക്കളയിൽ നിന്ന് പരാക്രമം പാഞ്ഞ് ഓടിപ്പോയ ജാനകി അവളുടെ പെൻസിൽ ബാഗിനു മുകളിൽ പതുങ്ങി ഇരിക്കുന്നു.

അമ്മ ജാനകിയെ മെല്ലെ പൊക്കിയെടുത്തു. എന്നിട്ട് ജാനകിയോട് ചോദിച്ചു: “എടാ മക്കിടി ശങ്കരാ, എന്റെ കിങ്ങിണീടെ കൊലുസ്സെന്തിയേ?”

തൊണ്ടിസഹിതം പിടിക്കപ്പെട്ടതിന്റെ ജാള്യതയോടെ ജാനകി പെൻസിൽബാഗിന്റെ സിബ്ബ് ചുണ്ടുകൊണ്ട് തുറന്നു. എന്നിട്ട് അതിനുള്ളിൽ നിന്ന് കൊലുസ്സ് കൊത്തിയെടുത്ത് അമ്മയുടെ കൈയ്യിൽ വെച്ചുകൊടുത്തു.

“എടീ ഭയങ്കരീ...” ആ കാഴ്ച കണ്ട് അത്ഭുതപ്പെട്ട് മുത്തശ്ശിയുടെ കണ്ണു തള്ളി. അതുകണ്ട് ഞാനും വായ പൊളിച്ചു പോയി. കിങ്ങിണിയുടെ കരച്ചിൽ ചിരിയായി. പിന്നെ എല്ലാവരും ചേർന്നൊരു കൂട്ടച്ചിരിയായി.

“കിങ്ങിണി ആ കൊലുസ്സും കിലുക്കി ജാനകിയുടെ മുന്നിൽ കൂടി നടന്ന് അവളെ കൊതിപ്പിച്ചപ്പോഴേ എനിക്ക് തോന്നിയിരുന്നു ഇങ്ങനെയൊരു അടിച്ചു മാറ്റൽ ഇവിടെ നടക്കുമെന്ന്.” അമ്മ ജാനകി യുടെ നെറ്റിയിൽ സ്നേഹത്തോടെ ഉമ്മ കൊടുത്തു. ഏതായാലും ആ കൊലുസ്സു മോഷണത്തോടെ ഏതാനും ദിവസത്തേക്ക് ജാനകിക്ക് വീട്ടിൽ പുതിയ ഒരു വിളിപ്പേരായി “മക്കിടി ശങ്കരൻ...!”

എട്ട്

“**ഈ** പണി ഞാൻ തുടങ്ങീട്ട് മൂന്ന് വ്യാഴവട്ടം കഴിഞ്ഞു. പാരമ്പര്യ മായിട്ട് ഞങ്ങൾക്കീ തൊഴിലാണ്. എന്റെ ജീവിതത്തിൽ ഇങ്ങനെ ഒരു സംഭവം ആദ്യമായിട്ടാണ്. എന്റെ കാരണവന്മാരുടെ ജീവിത ത്തിൽ പോലും ഇങ്ങനെ ഒന്നുണ്ടാവാൻ വഴിയില്ല.” സ്റ്റൂളിനു മുകളിൽ കയറ്റി നിർത്തി ജാനകിയുടെ കാലിൽ നൂൽചുറ്റി കൊലുസ്സിനുള്ള അളവെടുക്കുന്നതിനിടെ തട്ടാൻ ഗണേശൻമാമൻ ഞങ്ങളോടു പറഞ്ഞു.

“പെൺകൊച്ചല്ലേ തട്ടാരേ, എന്തായാലും കൊലുസ്സിടാൻ കൊതി കാണാതിരിക്കുമോ?” അമ്മ ചോദിച്ചു.

“തത്തയ്ക്ക് കൊലുസ്സു പണിഞ്ഞ ഏക തട്ടാൻ ഞാനായി രിക്കും.” ഗണേശൻമാമൻ ജാനകിയോട് പറഞ്ഞു.

“തട്ടാരേ, ഇവൾക്കറിയില്ല ഇവളൊരു തത്തയാണെന്ന്. എന്റെ മോളാണെന്നാണ് ഇവൾ കരുതുന്നത്.” അമ്മ ജാനകിയുടെ ചിറകു കളിൽ തലോടി.

“ആഹാ... അതുകൊള്ളാല്ലോ.. അപ്പോൾ കല്യാണം കഴിച്ചു വിടാൻ നേരം അതിനുള്ള ആഭരണങ്ങൾ കൂടി ഞാൻ തന്നെ പണിഞ്ഞുതരാം.” ഗണേശൻമാമൻ ചിരിച്ചു. “ഇത്രേം സുന്ദരി ക്കൊച്ചിന് പറ്റിയ ചെറുക്കന്മാരെ എവിടുന്ന് കിട്ടും?”

“ഇവളെ ഉടനെയൊന്നും കെട്ടിച്ച് വിടുന്നില്ല തട്ടാരേ... ഒന്നു വളർത്തി വലുതാക്കി എടുക്കട്ടെ, അല്ലേടി കിങ്ങിണീ?” അമ്മ കിങ്ങിണിയെക്കൂടി ചേർത്തു പിടിച്ചു.

“കൊലുസ്സ് വൈകിട്ട് ഞാൻ വരുന്ന വഴി വീട്ടിൽ തന്നേക്കാം.” അതും പറഞ്ഞ് ഗണേശൻമാമൻ കുഴലെടുത്ത് സ്വർണ്ണം ഉരുക്കാനിട്ട ഉമിയിലെ തീ ഒന്നുകൂടി ഊതിക്കത്തിച്ചു.

ഗണേശൻമാമന്റെ കടയിൽ നിന്നിറങ്ങി വീടെത്തിയ സമയം മുതൽ എങ്ങനെയെങ്കിലും പെട്ടെന്ന് വൈകുന്നേരം ആയാൽ മതി

എന്ന അവസ്ഥയായി ജാനകിക്ക്. ഒരിടത്തും അടങ്ങിയിരിക്കാതെ അവൾ അങ്ങോട്ടുമിങ്ങോട്ടും നടക്കും. ഇടയ്ക്കിടെ സിറ്റൗട്ടിൽ വന്ന് റോഡിലേക്ക് നോക്കി അല്പനേരം നിൽക്കും. എന്നിട്ട് നേരെ അമ്മയുടെ അടുത്ത് പോയി കാര്യങ്ങൾ തിരക്കുന്ന മട്ടിൽ എന്തൊക്കെയോ പറയും. ഭക്ഷണം കഴിച്ചിട്ട് കൂട്ടിൽ കയറി ഇരുന്നുള്ള പതിവ് ഉച്ചയുറക്കവും അവൾ ഒഴിവാക്കി.

"പുതിയ കൊലുസ്സിടാനുള്ളതല്ലേ, അപ്പോൾ കുളിച്ചു സുന്ദരിയാവണ്ടേ" വൈകുന്നേരം നാലുമണി കഴിഞ്ഞപ്പോൾ അമ്മ ജാനകിക്ക് ഒരു താമ്പാളത്തിൽ നിറയെ വെള്ളമെടുത്ത് സിറ്റൗട്ടിനു പുറത്തെ തിണ്ണയിൽ വെച്ചുകൊടുത്തു. കുളിച്ചു സുന്ദരിയാവാൻ പറഞ്ഞാൽ ജാനകിക്ക് അതിൽപരം സന്തോഷം വേറെ ഇല്ല എന്ന് അമ്മയ്ക്കറിയാം. വെള്ളം കണ്ട പാടേ ജാനകി താമ്പാളത്തിലേക്ക് ഇറങ്ങി ചിറകുകൊണ്ട് വെള്ളം തട്ടിത്തെറിപ്പിക്കലും ബഹളവും തലമുക്കിക്കുടയലും ഒക്കെ തുടങ്ങി. ഇടയ്ക്കിടെ താമ്പാളത്തിന്റെ വക്കിൽ അള്ളിപ്പിടിച്ച് കയറിയിരുന്ന് ദേഹം ഒന്നു നിവർത്തിയ ശേഷം ഉച്ചത്തിൽ ഒരു കാഹളം വിളിയുണ്ട്. കരിമ്പിന്റെ മധുരമുള്ള ശബ്ദമാണ് ജാനകിക്ക് എന്ന് മുത്തശ്ശി പറഞ്ഞു. ഒരു കിലോമീറ്റർ ദൂരെ കേൾക്കാൻ പറ്റും ആ കാഹളം എന്നാണ് അമ്മ പറയുന്നത്.

"ടീ പെണ്ണേ, ദേ റോഡിലൂടെ ആമ്പിള്ളേര് പോണുണ്ട്. നിനക്ക് നാണമില്ലേ, ഈ മുറ്റത്ത് കിടന്ന് കുളിച്ചത് മതി."

അമ്മ, ജാനകിയെ വെള്ളത്തിൽ നിന്ന് ടവ്വൽകൊണ്ട് പൊതിഞ്ഞെടുത്തു. അകത്തുകൊണ്ടു പോയി തൂവലൊക്കെ നന്നായി തുടച്ചു. പിന്നെ മധുരമിട്ട അര ഗ്ലാസ് പാല് കൊടുത്തു. അല്പനേരം കയ്യിലിരുത്തി തലയിൽ വിരലോടിച്ച് കൊടുത്തപ്പോൾ ജാനകിക്ക് ഉറക്കം വന്ന് കണ്ണ് താനേ അടയാൻ തുടങ്ങി.

"ടങ്ടണാടൺ..." നീണ്ട ഉറക്കത്തിൽ നിന്നും ഞെട്ടി ഉണർന്ന ജാനകിയുടെ കാഴ്ചയിലേക്ക് അമ്മ അവൾക്കായി പണിയിച്ച കൊലുസ്സെടുത്ത് കിലുക്കി. ഓരോ മണികൾ വീതം പിടിപ്പിച്ച രണ്ടു ചെറിയ വെള്ളിവളയങ്ങൾ ആയിരുന്നു ജാനകിയുടെ കൊലുസ്സ്. മടിയിലെടുത്ത് ഇരുത്തി കാലിൽ കൊലുസ്സ് ഇട്ടുകൊടുത്തിട്ട് അമ്മ ജാനകിയെ നിലത്തു നിർത്തി. കീ കൊടുത്ത പമ്പരം കണക്കായിരുന്നു പിന്നീട് ജാനകിയുടെ നിലത്തുനിന്നുള്ള കറക്കം.

"മണിയുടെ ശബ്ദം കേൾക്കാൻ വേണ്ടിയാണ് ഈ തുള്ളിച്ചാട്ടം." അവളുടെ ഓട്ടം കണ്ട് മുത്തശ്ശി പറഞ്ഞു. കുറെ നേരം തുള്ളിച്ചാടിയ ശേഷം എവിടെയെങ്കിലും കയറിയിരുന്ന് ജാനകി ചുണ്ടുകൊണ്ട് കൊലുസ്സിന്റെ മുത്തുകളിലൊക്കെ ഉരസും. അല്പം കഴിഞ്ഞ്

നിലത്തിറങ്ങി പിന്നെയും നൃത്തം തുടങ്ങും. ജാനകിയുടെ നൃത്ത ത്തോടൊപ്പം കിങ്ങിണിയും കൂടെ ചേർന്ന് തുള്ളിച്ചാടാൻ തുടങ്ങി.

"പാദസരമിട്ട് കുഞ്ഞുങ്ങൾ ഓടി നടക്കുന്ന ശബ്ദം കേൾക്കാൻ എന്തു രസമാണ്, അല്ലേ?" മുത്തശ്ശിക്ക് ആ കാഴ്ച കണ്ട് വളരെ സന്തോഷമായി. രാത്രി അച്ഛൻ വീട്ടിലെത്തുമ്പോഴുണ്ട് വീട്ടിൽ ഉത്സവ ബഹളം തന്നെ. ജാനകി ഓടിച്ചെന്ന് അവളുടെ പുതിയ കൊലുസ്സ് അച്ഛനെ കാണിച്ചു. കടയിൽ നിന്നുകൊണ്ടുവന്ന സാധ നങ്ങടങ്ങിയ ക്യാരിബാഗ് നിലത്തുവെച്ചിട്ട് അച്ഛൻ അവളെ കോരി യെടുത്തു.

"ജാനകിക്ക് കൊലുസ്സ് വാങ്ങിയ ഈ ദിവസം നമുക്ക് ആഘോഷിക്കണ്ടേ... എല്ലാരും വേഗം റെഡിയായാൽ ഒരു കാഴ്ച കാണാൻ അച്ഛൻ കൊണ്ടുപോകാം."

"കിക്കിക്കിക്കീ... കിക്കീ..."

"ആഘോഷിക്കണം... ആഘോഷിക്കണം." ഇത്തവണ ജാനകി പറഞ്ഞതിനെ മൊഴി മാറ്റിയത് മുത്തശ്ശിയാണ്.

പറയുന്നതിനകം വസ്ത്രങ്ങളൊക്കെ മാറി എല്ലാവരും റെഡി യായി. മുറിയിലെ കണ്ണാടിയിൽ ഒട്ടിച്ചുവെച്ചിരുന്ന പൊട്ടുകളിൽ നിന്ന് ഏറ്റവും ചെറിയ മെറൂൺ പൊട്ട് ഇളക്കിയെടുത്ത് അമ്മ ജാനകി യുടെ നെറ്റിയിൽ വെച്ചുകൊടുത്തു.

"ഏത് സിനിമാ നടിക്കുണ്ട് ഇത്രയും സൗന്ദര്യം?" പുതിയ വെള്ളിക്കൊലുസ്സും അണിഞ്ഞ് നെറ്റിയിൽ പൊട്ടും വെച്ച് അമ്മ യുടെ ചുമലിൽ കയറി ഇരുന്ന ജാനുവിനെ മുത്തശ്ശി കൊഞ്ചിച്ചു.

അച്ഛൻ കാറോടിച്ച് ഞങ്ങളെ കൊണ്ടുപോയത് കല്ലമ്പലത്തേ ക്കാണ്. അവിടെയാണ് അച്ഛന്റെ കട. ഏതെങ്കിലും സിനിമയ്ക്കായി രിക്കും കൊണ്ടുപോകുന്നത് എന്നാണ് ഞാൻ കരുതിയത്. ഇതു പോലെ അപ്രതീക്ഷിതമായി അച്ഛൻ മുൻപും ഞങ്ങളെ സിനിമയ്ക്ക് കൊണ്ടുപോയിട്ടുണ്ട്. സിനിമയ്ക്കാണ് പോകുന്നതെങ്കിൽ ജാനകിക്ക് ടിക്കറ്റ് എടുക്കണ്ടേ, സിനിമ തീരും വരെ തിയേറ്ററിലെ കസേരയിൽ അടങ്ങി ഒതുങ്ങി ഇരിക്കാൻ അവൾക്ക് പറ്റുമോ, സിനിമാതിയേറ്റ റിലെ ആൾക്കൂട്ടം കാണുമ്പോൾ അവൾ അസ്വസ്ഥയാകുമോ, അതോ എല്ലാവരോടും അങ്ങോട്ടുചെന്ന് വർത്തമാനം പറയാൻ നിൽക്കുമോ, ഇങ്ങനെയൊക്കെയുള്ള സംശയങ്ങൾ ആയിരുന്നു എന്റെ മനസ്സിൽ.

"എല്ലാവരും പുറത്തേക്ക് നോക്കിയേ, ദാ ഇവിടന്നങ്ങോട്ടാണ് കാഴ്ച." കല്ലമ്പലം ജംഗ്ഷനിൽ നിന്ന് വർക്കല ശിവഗിരിയിലേക്ക് പോകുന്ന റോഡിലേക്ക് അച്ഛൻ വണ്ടി തിരിച്ചു. അച്ഛൻ പറഞ്ഞ

പോലെ അവിടന്നങ്ങോട്ട് ശരിക്കും 'കാഴ്ച' തന്നെയായിരുന്നു. റോഡിനിരുവശവും അലങ്കാരവെളിച്ചത്തിന്റെ പ്രഭാപൂരം. റോഡരികിൽ താൽക്കാലികമായി സ്ഥാപിച്ചിട്ടുള്ള കട്ടൗട്ടുകളിലും പോസ്റ്റിലും മരങ്ങളുടെ ചില്ലുകളിലും പലനിറത്തിൽ പല രൂപങ്ങളിൽ മിന്നിത്തിളങ്ങുന്ന അലങ്കാര വെളിച്ചങ്ങൾ.

"ഓണം കഴിഞ്ഞ് പിന്നേം പത്ത് ദിവസം കൂടി കാണും ഈ ലൈറ്റ്." അച്ഛൻ പറഞ്ഞു. ഓണത്തിന് ഒരാഴ്ച മുമ്പ് തന്നെ അതിന്റെ ഉത്സവലഹരി തുടങ്ങിക്കഴിഞ്ഞിരുന്നു. അതിന്റെ ആർപ്പുവിളികളും തിമിർപ്പും റോഡിനിരുവശങ്ങളിലൂടെ ലൈറ്റുകാണാനായി നടന്നു നീങ്ങിയ ആൾക്കൂട്ടങ്ങളുടെ ആരവങ്ങളിൽ ഉണ്ടായിരുന്നു. ജാനകിയുടെ ഉണ്ടക്കണ്ണുകൾ ആ വെളിച്ചത്തിന്റെ തിളക്കം കണ്ട് കൂടുതൽ വിടർന്നു. അവൾക്ക് അത് വേണ്ടുവോളം ആസ്വദിക്കുന്നതിനായി റോഡിലെ തിരക്കിനിടയിലൂടെ അച്ഛൻ വളരെ പതുക്കെയാണ് കാറോടിച്ചത്. ജാനകി കുറെ നേരം എന്റെ തോളിലിരുന്ന് റോഡിന് ഒരു വശത്തെ കാഴ്ചകൾ കാണും. പിന്നീട് അപ്പുറത്തേക്ക് ഓടി മുത്തശ്ശിയെ കടന്ന് അനിയത്തിയുടെ തോളിൽ ചെന്നിരുന്ന് മറുവശത്തെ കാഴ്ചകൾ കാണും. ശിവഗിരിയിൽ എത്തിയപ്പോൾ അലങ്കാരവെളിച്ചങ്ങൾകൊണ്ട് തീർത്ത ശ്രീനാരായണഗുരുവിന്റെ പടുകൂറ്റൻ കട്ടൗട്ട് കണ്ടു. അതിനടുത്തായി മിന്നിമിന്നിക്കത്തുന്ന വെളിച്ചം കൊണ്ടെഴുതിയ ഒരു വാചകം കണ്ടു.

"ഒരു ജാതി ഒരു മതം
ഒരു ദൈവം മനുഷ്യന്."

അതു വായിച്ചിട്ട് മുത്തശ്ശി പറഞ്ഞു "ഗുരുദേവന്റെ വചനമാണത്. ടാ, കുട്ടപ്പാ, ടീ കിങ്ങിണീ, ആ വാചകം മനസ്സിൽ പകർത്തിയേക്കൂ. അതാണ് സത്യം. ജാനകി കൂടെ ഉള്ളതുകൊണ്ട് ആ വാചകം ചെറുതായൊന്ന് തിരുത്തി നമുക്ക് മനഃപാഠമാക്കാം.

"ഒരു ജാതി ഒരു മതം
ഒരു ദൈവം ജീവജാലങ്ങൾക്ക്!"

മുത്തശ്ശി പറഞ്ഞ ആ വാചകം ഉറക്കെപ്പറഞ്ഞുകൊണ്ട് പിൻസീറ്റിൽ നിന്ന് ജാനകിയെ അമ്മ മുന്നിലേക്കെടുത്ത് മടിയിൽ വെച്ചു.

"ജീവജാലം എന്നാൽ പ്രപഞ്ചത്തോളം വിസ്തൃതിയുള്ള പദമാണ് അല്ലേ അമ്മേ?" മുത്തശ്ശിയോട് അമ്മ ചോദിച്ചു.

ശിവഗിരിക്കുന്നുകളുടെ നെറുകയിൽ നിന്നും തണുത്ത ഒരു കാറ്റ് വന്ന് ഞങ്ങളുടെ കാറിനെ തഴുകി പോയി.

"ഗീതേ, വിസ്മയമാണ് പ്രപഞ്ചം." മുത്തശ്ശി ആ കാറ്റിന്റെ തലോടലിൽ കണ്ണുകളടച്ച് ശബ്ദം താഴ്ത്തി അമ്മയോട് പറഞ്ഞു.

ഒമ്പത്

"ജില്ലഞ്ചക്കട ജില്ലഞ്ചക്കട
ജില്ലഞ്ചക്കട ജിൽ..."

ചെണ്ടയുടെ തകർപ്പൻ താളത്തിനൊത്ത് നാടായ നാടെല്ലാം തുള്ളി മറിഞ്ഞ് ചപ്പില ഭൂതങ്ങൾ രാത്രിയോടടുപ്പിച്ച് ഞങ്ങടെ വീടിന്റെ മുറ്റത്തും എത്തി. ഓണത്തോടനുബന്ധിച്ച് നാട്ടിൻപുറത്തെ ക്ലബ്ബുകാർ നടത്തുന്ന ആഘോഷങ്ങളുടെ ഭാഗമായിട്ടുള്ള പ്രധാന ഇനമാണ് ഘോഷയാത്ര. അതിൽ ചപ്പിലഭൂതങ്ങളെ കൂടാതെ പുലികളും വേട്ടക്കാരനും പൊയ്ക്കാലനും തുടങ്ങി പലതരം വേഷങ്ങൾ ഉണ്ടാകും. താളമേളവും പാട്ടും കളികളുമായി അവർ ഓരോ വീടിന്റേയും മുറ്റത്ത് ചെന്ന് ഓണാശംസകൾ നേരും. വീട്ടിൽ കുഞ്ഞുങ്ങൾ ഒക്കെ ഉണ്ടെങ്കിൽ പുലിവേഷക്കാർ ഒന്നു മുരണ്ട് കുഞ്ഞുങ്ങളെ പേടിയാക്കും. ഞങ്ങടെ വീട്ടിൽ പുലിവേഷക്കാരെയും ചപ്പില ഭൂതങ്ങളെയും കണ്ട് പേടിച്ചോടിയത് ജാനകിയാണ്. ചെണ്ടയും ബഹളവുമായി ഘോഷയാത്രക്കാർ മുറ്റത്തെത്തിയപ്പോൾ തന്നെ അവൾ പേടിച്ച് അകത്തേക്ക് ഓടിക്കളഞ്ഞു. അമ്മ അവളെ എടുത്ത് പുറത്തേക്ക് കൊണ്ടുവരാൻ എത്ര ശ്രമിച്ചിട്ടും അവൾ ഉച്ചത്തിൽ നിലവിളിച്ച് രക്ഷപ്പെടാൻ ശ്രമിച്ചുകൊണ്ടിരുന്നു.

"അമ്മേ, അവളെ കൊണ്ടുവാ, അമ്മേ... നല്ല രസമുണ്ട്." മുറ്റത്ത് നിന്ന് പുലിവേട്ട കാണുകയായിരുന്ന അനിയത്തി വിളിച്ചു പറഞ്ഞു. പുലിവേട്ട കാണാൻ നല്ല രസമാണ്. പുലിവേഷം കെട്ടിയ ആൾ വേട്ടക്കാരൻ കാണാതെ വീട്ടുമുറ്റത്തെ ചെടികളുടെ ഇടയിലും കാർപ്പോർച്ചിൽ കിടക്കുന്ന കാറിന്റെ പിന്നിലും മറ്റും പതുങ്ങി ഇരിക്കും. വേട്ടക്കാരൻ അതിനേക്കാൾ തന്ത്രത്തോടെ ഒളിച്ചിരിക്കുന്ന പുലിയെ തെരഞ്ഞു കണ്ടെത്തി വെടിവെയ്ക്കാനായി തോക്ക് ചൂണ്ടി ഉന്നം പിടിക്കും. പുലി അപ്പോൾ അവിടുന്ന് രക്ഷപ്പെട്ട് അടുത്തിടത്തേക്ക് മറയും. ഉടൻ വേട്ടക്കാരൻ പുലിയെ കണ്ടെത്താനായി കുതിച്ച് തുള്ളി അടുത്ത ശ്രമം തുടങ്ങും.

"ജാനകിക്ക് വലിയ ശബ്ദങ്ങളും ഇത്തരം രൂപങ്ങളും ഒച്ചപ്പാടുകളുമൊക്കെ പേടിയായിരിക്കും. പക്ഷികളുടേത് കുഞ്ഞുഹൃദയമല്ലേ?" ഘോഷയാത്ര പോയിക്കഴിഞ്ഞപ്പോൾ അമ്മ അവളെ മുറ്റത്തേക്ക് കൊണ്ടുവന്നു. പേടി പൂർണ്ണമായും മാറാത്തതുകൊണ്ടാവും അവൾ മുറ്റത്തേക്ക് നോക്കാതെ അമ്മയുടെ കൈയിൽ നിന്നും ചുമലിലേക്ക് കയറി വീടിനകത്തേക്ക് തന്നെ നോക്കിയിരുന്നു.

"ഞങ്ങളോടൊക്കെ വലിയ പുലിയാണല്ലോ. എന്നിട്ട് പുലി വന്നപ്പൊ പേടിച്ചു പോയോ?" ജാനകിയെ കിങ്ങിണി കളിയാക്കി.

സന്തോഷങ്ങൾക്കിടെ അതുവരെ ഇല്ലാത്ത ഒരു സംഭവം ഉണ്ടായി ഞങ്ങളുടെ വീട്ടിൽ. അമ്മയും അച്ഛനും തമ്മിൽ ചെറുതായൊന്ന് പിണങ്ങി, ഉത്രാടത്തിന്റെ തലേന്ന്. ഞങ്ങൾക്കു വെയ്ക്കുന്ന പുതിയ വീടിന്റെ അടുക്കളയിലെ സ്ലാബിലും ചുമരിലും ഒട്ടിക്കുന്ന ടൈൽസിന്റെ പേരിലായിരുന്നു ആ പിണക്കം. നേരിയ ആകാശനീല നിറത്തിൽ കുമിളകളുടെ ഡിസൈൻ ഉള്ള ടൈൽസായിരുന്നു അമ്മയ്ക്കിഷ്ടം. അതു കോൺട്രാക്ടർ അങ്കിളിനോട് പറഞ്ഞിട്ടുള്ളതുമായിരുന്നു. എന്നാൽ രണ്ടുദിവസം മുൻപ് ലോറിയിൽ കൊണ്ടുവന്നിറക്കിയ ടൈൽസിന്റെ ഡിസൈൻ അമ്മ പറഞ്ഞ വിധത്തിലുള്ളതായിരുന്നില്ല. അതു മാറ്റണമെന്ന് കോൺട്രാക്ടർ അങ്കിളിനോട് ആവശ്യപ്പെടാൻ അമ്മ പറഞ്ഞുവെങ്കിലും അച്ഛനത് കാര്യമായി എടുത്തില്ല.

“നീലയായാലും പച്ചയായാലും ക്വാളിറ്റി ഉള്ള ടൈൽസിട്ടാൽ പോരേ ഗീതേ. നീ ഈ ചെറിയ കാര്യത്തിന് എപ്പോഴും ഇങ്ങനെ പറഞ്ഞുകൊണ്ടിരിക്കാതെ.” അമ്മയുടെ നിർബന്ധം സഹിക്കാൻ പറ്റാതായപ്പോൾ അച്ഛൻ പറഞ്ഞു.

“അടുക്കളയുടെ കാര്യത്തിൽ മാത്രമേ ഇന്നത് വേണം എന്നു ഞാൻ പറഞ്ഞിട്ടുണ്ടായിരുന്നുള്ളൂ. ഇനി ഞാൻ ഒന്നും പറയുന്നില്ല. ആ കോൺട്രാക്ടറുടെ ഇഷ്ടത്തിന് അയാൾ വീടുവച്ചോട്ടെ.” അതും പറഞ്ഞ് അത്താഴം വിളമ്പി ഡൈനിംഗ് ടേബിളിൽ വെച്ചിട്ട് അമ്മ റൂമിൽ കയറി കതകു ചാരി. പരസ്പരം ഒന്നും സംസാരിക്കാതെ അച്ഛനും ഞാനും കിങ്ങിണിയും ഭക്ഷണം കഴിച്ചെഴുന്നേറ്റു. നേരത്തെ തന്നെ ഭക്ഷണം കഴിച്ചിട്ട് മുത്തശ്ശി പത്രവായന തുടങ്ങിക്കഴിഞ്ഞിരുന്നു. മുത്തശ്ശി ഉള്ളതുകൊണ്ടായിരിക്കണം അച്ഛനും അമ്മയും കൂടുതൽ സംസാരിക്കാതിരുന്നത്. രണ്ടാൾക്കും മുത്തശ്ശിയെ വലിയ ബഹുമാനമാണ്.

വീട്ടിൽ പെട്ടെന്നൊരു മൗനം വന്നു നിറഞ്ഞു.

ജാനകി കുറേ നേരം അമ്മയുടെ മുറിയുടെ അടഞ്ഞ വാതിലിനു മുന്നിൽ പോയി നിന്നു. വാതിലിൽ അവൾ ചുണ്ടുകൊണ്ട് ഏതാനും തവണ കൊത്തി. അവൾക്ക് എന്തൊക്കെയോ അമ്മയോട് പറയണമെന്നുണ്ട്.

“അമ്മേ വാതിൽ തുറക്കമ്മേ... അച്ഛനെ ഞാൻ പറഞ്ഞ് സമ്മതിപ്പിച്ചോളാം. അമ്മ വന്ന് ചോറെടുത്ത് കഴിക്കമ്മേ.” എന്നൊക്കെ ആവണം അവൾ പറയാൻ ആഗ്രഹിക്കുന്നത്. അമ്മയുടെ റൂമിന് മുന്നിൽ കുറേ നേരം നിന്നതിനു ശേഷം ജാനകി ഹാളിലൂടെ നടന്ന് സിറ്റൗട്ടിൽ ചെന്ന് അച്ഛൻ ഇരിക്കുന്ന കസേരയുടെ അടുത്ത് നിന്നു.

അച്ഛന്റെ കണ്ണിലേക്ക് കുറെ നേരം കണ്ണെടുക്കാതെ നോക്കിനിന്നെങ്കിലും അവളോട് അച്ഛൻ ഒന്നും മിണ്ടിയില്ല. അതവൾക്ക് സഹിക്കാൻ പറ്റിയില്ല. സങ്കടത്തോടെ അവളോടി അമ്മയുടെ റൂമിന്റെ വാതിലിൽ ചെന്ന് നിന്ന് ഉച്ചത്തിൽ നിലവിളിച്ച് കരയാൻ തുടങ്ങി. കുറേ നേരം അവിടെ നിന്ന് കരഞ്ഞിട്ട് പിന്നെ സിറ്റൗട്ടിലേക്ക് ചെന്ന് അച്ഛന്റെ അടുത്ത് നിന്ന് കരയാൻ തുടങ്ങി. അവളുടെ നിലവിളിച്ചു കൊണ്ടുള്ള ഈ ഓട്ടം നാലഞ്ചാറ് തവണ ആവർത്തിച്ചപ്പോൾ മുത്തശ്ശിക്ക് സഹിച്ചില്ല.

"നിങ്ങൾ രണ്ടാളും വേണമെങ്കിൽ മിണ്ടാതിരുന്നോളൂ. പക്ഷേ അതാ പാവത്തിനെ വിഷമിപ്പിച്ചിട്ടാകരുത്." അല്പം കടുത്ത സ്വരത്തിൽ തന്നെയാണ് മുത്തശ്ശി അതു പറഞ്ഞത്. ആ പറഞ്ഞത് കേൾക്കേണ്ട താമസം അച്ഛൻ ഓടി വന്ന് ജാനകിയെ എടുത്തു. അച്ഛനും ആ കരച്ചിൽ സഹിക്കാൻ പറ്റുന്നുണ്ടായിരുന്നില്ല.

"മോളെ, അച്ഛനും അമ്മയയും തമ്മിൽ ഒരു പിണക്കവുമില്ല. അച്ഛൻ ദാ, ഇപ്പോൾത്തന്നെ അമ്മയോട് സംസാരിക്കാമല്ലോ." ആ പറച്ചിലിൽ നിന്ന് അത്രയും നേരം അച്ഛൻ വളരെ കഷ്ടപ്പെട്ട് മസിലു പിടിച്ചിട്ടാണ് മിണ്ടാതിരുന്നതെന്ന് മനസ്സിലായി. ഈ വർത്തമാനം കേട്ട് അമ്മയും റൂമിൽ നിന്ന് ഓടി ഇറങ്ങി വന്നു. അമ്മയുടെ കണ്ണ് നിറഞ്ഞിട്ടുണ്ടായിരുന്നു. അമ്മയ്ക്കും ജാനകിയുടെ കരച്ചിൽ സഹിക്കാൻ പറ്റിയിരുന്നില്ല. അച്ഛനെപ്പോലെ തന്നെ അമ്മയും കഷ്ടപ്പെട്ട് ബലം പിടിച്ചിട്ടാണ് മിണ്ടാതെ ഇരുന്നതെന്ന് മനസ്സിലായി. അമ്മ ഓടി വന്ന് അച്ഛന്റെ കൈയിൽ നിന്നും ജാനകിയെ എടുത്തു. ജാനകി അച്ഛനെയും അമ്മയെയും നിഷ്കളങ്കമായ അവളുടെ കണ്ണുകൾ കൊണ്ട് മാറി മാറി നോക്കി.

"ടാ കുട്ടപ്പാ, ആ റൂമീന്ന് അച്ഛന്റെ ഫോണിങ്ങെടുത്തേ." അച്ഛൻ എന്നോട് പറഞ്ഞു. ഞാൻ ഫോണെടുത്ത് കൊണ്ട് വന്നു കൊടുത്തതും അച്ഛൻ അതുമായി മുറ്റത്തേക്കിറങ്ങി.

"ഹലോ... ങ്ഹാ... രാമകൃഷ്ണാ... നമുക്കാ അടുക്കളയിലെ ടൈൽസൊന്നു മാറ്റണമല്ലോ..." അച്ഛനും കോൺട്രാക്ടർ അങ്കിളും തമ്മിലുള്ള ഫോൺ വിളി തുടരവേ ജാനകിക്ക് അമ്മ തുരുതുരെ ഉമ്മ കൊടുക്കുകയായിരുന്നു.

"തിരുവോണസദ്യയ്ക്ക് ജാനകിക്ക് ഡബിൾ പപ്പടം." വലിയൊരു പ്രശ്നം പരിഹരിച്ച ജാനകിക്ക് മുത്തശ്ശി സമ്മാനം പ്രഖ്യാപിച്ചു.

നിലത്ത് പായ വിരിച്ച് അതിൽ ഇലയിട്ടായിരുന്നു തിരുവോണ സദ്യ. അമ്മാവനും അമ്മായിയും അമ്മാവന്റെ പത്തുവയസ്സുള്ള മകൻ സൗരവുമായിരുന്നു ഞങ്ങളുടെ അതിഥികൾ. ഓണത്തിന് അമ്മാവനും കുടുംബവും വന്നാൽ അവിട്ടവും ചതയവും കഴിഞ്ഞ്

മുത്തശ്ശിയേം കൂടിയാണ് അവരുടെ മടക്കം. സദ്യയ്ക്ക്, അച്ഛന്റെ തൊട്ടടുത്തായിട്ടാണ് അമ്മ ജാനകിക്ക് ഇലയിട്ടത്. അവിയലും തോരനുമൊക്കെ ജാനകിക്ക് ഇഷ്ടപ്പെട്ടു. ഇഞ്ചിയും നാരങ്ങയും രുചിച്ചു നോക്കിയിട്ട് അവളുടെ മുഖഭാവം കണ്ട് അമ്മാവനുൾപ്പെടെ എല്ലാർക്കും ചിരി വന്നു. മുത്തശ്ശി പ്രഖ്യാപിച്ച ഡബിൾ പപ്പടം സമ്മാനത്തോടൊപ്പം പായസവും നല്ലതുപോലെ കഴിച്ചു ജാനകി. കൈകൊണ്ട് ഒരു പപ്പടം എടുത്ത് അല്പം കടിക്കും. എന്നിട്ട് ഇലയിൽ ഒഴിച്ചേക്കുന്ന പായസം നാവുനീട്ടി അല്പം നുണയും ഇങ്ങനെയായിരുന്നു അവളുടെ പായസം കുടി. കഴിച്ച് കഴിഞ്ഞ് കൈകഴുകാൻ എഴുന്നേറ്റപ്പോൾ ജാനകിയെക്കൂടി അച്ഛൻ എടുത്തു കൊണ്ടുപോയി കൈയും ചുണ്ടും കഴുകിക്കൊടുത്തു. ഇതെല്ലാം കണ്ട് സൗരവിന് അതിശയമായി. അവൻ ജാനകിയുടെ പുറകേ ചുറ്റിപ്പറ്റാൻ തുടങ്ങി. സൗരവിനെ രസിപ്പിക്കാൻ വേണ്ടി ജാനകി ഓരോരോ വിക്രിയകൾ കാട്ടിക്കൂട്ടിക്കൊണ്ടിരുന്നു. അമ്മാവന്റെ മൊബൈൽ ഫോണിൽ ഇടുന്ന പാട്ടുകൾക്കനുസരിച്ചുള്ള ഡാൻസായിരുന്നു അതിൽ മുഖ്യഐറ്റം. ഏത് പാട്ടിട്ടാലും അതിന്റെ വേഗതയ്ക്കനുസരിച്ചാണ് അവളുടെ ഡാൻസ്. ജാനകിയുടെ ഡാൻസ് എന്ന് പറയുമ്പോൾ നിസ്സാര സംഗതിയില്ല. സിറ്റൗട്ടാണ് വേദി. അവിടെ പല ഭാഗത്തായി ചിതറി ഇരിക്കുന്ന കാഴ്ചക്കാരുടെ മുന്നിലൂടെ പാട്ടിനനുസരിച്ച് അങ്ങോട്ടോടുന്നു, ഇങ്ങോട്ടാടുന്നു, തല പലപല ദിശകളിലേക്ക് വെട്ടിക്കുന്നു, കഴുത്ത് നീട്ടുന്നു, കുറുക്കുന്നു, ചിറക് വിടർത്തുന്നു, ഒതുക്കുന്നു, പറ്റും വിധം ചാടുന്നു, കൊലുസ്സിട്ട് കിലുക്കുന്നു... അങ്ങനെ സ്റ്റെപ്പുകൾ നിരവധിയുണ്ട്.

“കലാമണ്ഡലത്തിൽ ചേർത്താൽ ഒന്നാം റാങ്ക് കിട്ടും ഇവൾക്ക്.” ജാനകിയുടെ ഡാൻസിൽ അമ്മാവൻ മയങ്ങി.

“അയ്യോ, അവിടെ ചേർത്താൽ ഹോസ്റ്റലിൽ നിർത്തേണ്ടി വരില്ലേ? എനിക്കെന്റെ കൊച്ചിനെ അത്രയും ദിവസം കാണാതിരിക്കാൻ പറ്റില്ല.” അമ്മ അവളെയും എടുത്ത് മുറ്റത്തെ ഊഞ്ഞാലിലേക്ക് പോയി. അവിടെ കുട്ടികൾ മാത്രമല്ല അമ്മയോടൊപ്പം മുത്തശ്ശിയും അമ്മായിയും ഊഞ്ഞാലാടാനെത്തി. ആര് ഊഞ്ഞാലാടിയാലും അവരുടെ മടിയിലോ ചുമലിലോ സ്ഥാനം പിടിക്കും ജാനകി.

“പറന്നെങ്ങും പോവില്ലേ ഇവൾ?” ജാനകിയെ എടുത്തുകൊണ്ട് ഊഞ്ഞാലാടാൻ തയ്യാറാവുന്നതിനിടെ അമ്മായി അമ്മയോടു ചോദിച്ചു.

“എങ്ങും പോകില്ല. ഇതല്ലേ അവളുടെ വീട്.” അമ്മായിയെ ഇരുത്തി അമ്മ ഊഞ്ഞാൽ പുറകിലേക്കു വലിച്ച് ശക്തിയായി

ആകാശംമുട്ടെ ആട്ടിവിട്ടു. ആ ഊഞ്ഞാൽ ആകാശത്തേക്കുയർന്നപ്പോൾ അതിന്റെ ആഹ്ലാദത്തിൽ അമ്മായിയുടെ ചുമലിലിരുന്ന് ആദ്യമായി ജാനകി ചിറകു വിടർത്തി.

എത്ര മനോഹരമായ കാഴ്ചയായിരുന്നു അത്!

പത്ത്

ചതയത്തിന്റെ പിറ്റേന്ന് അമ്മാവനോടൊപ്പം തിരികെ പോകാൻ ഇറങ്ങുമ്പോൾ ഞങ്ങളെ പിരിയുന്നതിനേക്കാൾ വിഷമം മുത്തശ്ശിക്ക് ജാനകിയെ വിട്ടുപോകുന്നതിലായിരുന്നു.

"അമ്മ പറഞ്ഞാലല്ലാതെ പുറത്തേക്കെങ്ങും തനിച്ച് പോകരുത് കേട്ടോ." മുത്തശ്ശി ജാനുവിനെ ഉപദേശിച്ചു. "ഗീതേ, ആളില്ലാത്തപ്പോൾ വളരെ സൂക്ഷിക്കണം. ഇവളുടെ ബഹളം കേട്ട് എല്ലാർക്കും അറിയാം ഇവിടെ ഇങ്ങനെ ഒരാളുണ്ടെന്ന്. ആരെങ്കിലും വന്ന് എടുത്തോണ്ട് പോയാ എന്തു ചെയ്യും?" അമ്മയോട് അതും പറഞ്ഞ് ജാനകിക്ക് ഒരു ഉമ്മയും കൊടുത്തിട്ട് മുത്തശ്ശി അമ്മാവന്റെ കാറിലേക്ക് കയറി.

"കി ക്കീ ക്കീ... കി ക്കീ... കി ക്കീ ക്കീ..."

"അടുത്ത ഓണം അവധിയാവാൻ കാത്തു നിൽക്കണ്ട. അതിനു മുൻപ് വരാനാണ് ജാനകി വിളിക്കുന്നത്." അമ്മ പറഞ്ഞു.

"ഇനിയെന്തായാലും അധികം വൈകില്ല. അവധി കിട്ടുമ്പോഴൊക്കെ ഞങ്ങളിങ്ങെത്തും. ഞങ്ങൾക്ക് ജാനകിയുടെ ഡാൻസ് കാണണ്ടേ?" അമ്മായി ജാനകിയെ നോക്കി കണ്ണിറുക്കി കാണിച്ചു.

അമ്മാവന്റെ കാറ് പോയ വഴിയിലേക്ക് ഇത്തിരി നേരം നോക്കി നിന്നു ജാനകി.

"മുത്തശ്ശി പോയതിലുള്ള വിഷമമാണവൾക്ക്." കിങ്ങിണി പറഞ്ഞു.

ഓണം അവധികഴിഞ്ഞതോടെ പകൽ നേരങ്ങളിൽ ജാനകി വീണ്ടും ഒറ്റയ്ക്കായി.

"നേരത്തേതുപോലെയല്ല ഇപ്പോഴവൾ, എപ്പോഴും ആളുകളെ കാണണം, സംസാരിക്കണം, വീട്ടുജോലികളിൽ സഹായിക്കണം, ഒരിടത്തും അങ്ങനെ അടങ്ങി ഒതുങ്ങി ഇരിക്കാൻ പറ്റില്ല. മൊത്തത്തിൽ തിരക്കുപിടിച്ച് നടക്കുന്ന ഇവളെ എങ്ങനെയാണ് പകൽ മുഴുവൻ കൂട്ടിലടച്ച് ഇട്ടിട്ട് ഓഫീസിൽ പോകുന്നത്?" അമ്മ ആകെ ചിന്താക്കുഴപ്പത്തിലായി.

വൈകീട്ട് സ്കൂൾ വിട്ട് വന്ന് ഗേറ്റിന് പുറത്ത് ബസ്സിറങ്ങിയപ്പോഴേ വീടിനുള്ളിൽ നിന്നും ജാനകിയുടെ ഉച്ചത്തിലുള്ള കരച്ചിൽ കേൾക്കാമായിരുന്നു. ഞങ്ങൾ ഓടിച്ചെന്ന് കാർപോർച്ചിൽ നിന്ന് താക്കോലെടുത്ത് വീടുതുറന്ന് അകത്തു കയറുമ്പോഴുണ്ട് നിലവിളിച്ച് കരയുന്നതൊടൊപ്പം ജാനകി കൂട്ടിൽ കിടന്ന് തലങ്ങും വിലങ്ങും ഓടിക്കൊണ്ടിരിക്കുകയുമാണ്.

"എന്തുപറ്റി ജാനൂ?" ഞാൻ അടുത്ത് ചെന്ന് ചോദിച്ചു.

"പൂച്ച... പൂച്ച..." ജാനകി ആ പറഞ്ഞത് ഞങ്ങൾക്ക് വ്യക്തമായി മനസ്സിലായി.

"പൂച്ചയോ എവിടെ? ഇവിടെയെങ്ങും ആരെയും കാണാനില്ലല്ലോ?" ബാഗ് നിലത്ത് വെച്ച് ചുറ്റും കണ്ണോടിച്ച് നോക്കിയിട്ട് കിങ്ങിണി ജാനകിയോട് ചോദിച്ചു. ഏതായാലും ഞങ്ങളെ കണ്ടതോടെ ജാനകിക്ക് ആശ്വാസമായി. അവളുടെ നിലവിളിയും ഓട്ടവും അല്പം തണുത്തു. ഞാൻ കൂടുതുറന്ന് അവളെ പുറത്തിറക്കി. ഫ്രിഡ്ജിൽ നിന്നും പാഷൻഫ്രൂട്ട് എടുത്ത് മുകൾഭാഗം ചെത്തി അവൾക്ക് വെച്ചുകൊടുത്തു. ജാനകിക്ക് ഏറ്റവും ഇഷ്ടമുള്ള ഭക്ഷണമാണ് പാഷൻഫ്രൂട്ട്. അമ്മയ്ക്കും വളരെ ഇഷ്ടമാണത്. അമ്മയാണ് അവളെ പാഷൻഫ്രൂട്ട് ശീലിപ്പിച്ചത്. മുകൾഭാഗം ചെത്തിയ പാഷൻ ഫ്രൂട്ടിലേക്ക് ഒരു സ്പൂൺ പഞ്ചസാര ഇട്ട് ഒന്നിളക്കി ആ കരണ്ടി കൊണ്ടുതന്നെ അമ്മ അതുകോരി ജാനകിയുടെ നാവിൽ വെച്ചു കൊടുക്കും.

ജാനകി മേശപ്പുറത്തിരുന്ന് പാഷൻ ഫ്രൂട്ട് നുണഞ്ഞുകൊണ്ടിരിക്കെ അമ്മ വന്നു. അമ്മയെക്കണ്ട ഉടൻ തന്നെ ജാനകി "പൂച്ച... പൂച്ച..." എന്ന് വിളിച്ചുകൊണ്ട് അമ്മയുടെ അടുത്തു ചെന്ന് പരാതി പറയാൻ തുടങ്ങി.

"ങ്ഹാ... പൂച്ച എന്ന് നല്ല വ്യക്തമായി പറയുന്നുണ്ടല്ലോ." അമ്മ ബാഗ് ടേബിളിൽ വച്ചിട്ട് ജാനകിയെ പൊക്കിയെടുത്ത് ചുമലിൽ വെച്ചു. അവിടെ ഇരുന്നും അവൾ "പൂച്ച... പൂച്ച..." എന്ന് ഒച്ചയെടുത്തു.

"എന്താടാ കുട്ടപ്പാ കാര്യം? ഇവിടെ പൂച്ച വല്ലതും വന്നോ? അതോ നീ 'ങ്യാവൂ' ന്നും പറഞ്ഞ് അവളെ പേടിയാക്കിയോ?" അമ്മ എന്നോട് ചോദിച്ചു.

"ഞങ്ങൾ വന്നപ്പോഴേ ഇവൾ പൂച്ചയെന്നും പറഞ്ഞ് ഉറക്കെ കരഞ്ഞോണ്ടിരിക്കുകയായിരുന്നു. ഒരു പൂച്ചയേയും ഇവിടെയെങ്ങും ഞങ്ങൾ നോക്കീട്ട് കണ്ടില്ല." കിങ്ങിണി പറഞ്ഞു.

"ഒന്നുമില്ലാതെ ഇവളിങ്ങനെ കരയില്ല. നമുക്കൊന്ന് പരിശോധിക്കാം. വാ." അമ്മ ഞങ്ങളേയും കൂട്ടി ജാനകിയേയും എടുത്ത്

മുന്നിലെ മുറ്റത്തേക്കിറങ്ങി. അവിടുന്ന് വീടിന്റെ സൈഡിലേക്കൊക്കെ പോയി നോക്കി, പിന്നിലേക്ക് നടക്കാൻ തുടങ്ങിയതും 'ഞ്യാവൂ...' എന്നൊരു ശബ്ദം മതിലിന് അപ്പുറത്തുനിന്ന് കേട്ടു.

"ങേ... പൂച്ചമാർജ്ജാരൻ! ഇവൻ വീണ്ടും വന്നോ?" അമ്മ അതിശയപ്പെട്ടു.

"ഞ്യാവൂ... ഞ്യാവൂ..." അതിനുള്ള മറുപടി മതിലിനപ്പുറത്തു നിന്നും കേട്ടു.

"എന്താടാ കള്ളന്മാരെപ്പോലെ മറഞ്ഞിരിക്കുന്നത്, നീ പ്രത്യക്ഷപ്പെട്." അമ്മ വിളിച്ചു പറഞ്ഞു. പറഞ്ഞുതീരുംമുൻപ് ഒറ്റക്കുതിപ്പിന് പൂച്ചമാർജ്ജാരൻ മതിലിനു മുകളിൽ പ്രത്യക്ഷപ്പെട്ടു. അവനെക്കണ്ടതും അമ്മയുടെ ചുമലിലിരുന്ന് ജാനകി പേടിച്ച് "പൂച്ച... പൂച്ച..." എന്ന് വീണ്ടും ബഹളം തുടങ്ങി.

"നീ പേടിക്കാതെ മോളേ... അമ്മ കൂടെയില്ലേ, അവൻ നിന്നെ ഒന്നും ചെയ്യില്ല." അമ്മ ജാനകിയെ സമാധാനിപ്പിച്ചു. എന്നിട്ട് പൂച്ച മാർജ്ജാരനോട് അവനെ കളിയാക്കും മട്ടിൽ അമ്മ ചോദിച്ചു. "എന്താടാ കാര്യം? നിനക്കൊരു ഉഷാറില്ലല്ലോ നീ വീണ്ടും പട്ടിണിയായോ?"

അവൻ ആ ചോദ്യത്തിനു മറുപടിയൊന്നും പറയാതെ തല കുനിച്ചു നിന്നു. എന്നിട്ട് മതിലിന് അപ്പുറത്തേക്ക് നോക്കി താഴെ നിൽക്കുന്ന ആരെയോ വിളിക്കുന്ന മട്ടിൽ തലയാട്ടി. അപ്പോഴുണ്ട് മറ്റൊരു പൂച്ച കഷ്ടപ്പെട്ട് മതിലിനു മുകളിലേക്ക് വലിഞ്ഞു കയറി വന്നു.

"ദൈവമേ പൂർണ്ണഗർഭിണിയാണല്ലോ" അമ്മ സ്വയം പറഞ്ഞു. "അവൻ ഭാര്യയെയും കൊണ്ട് പ്രസവത്തിന് വന്നിരിക്കുകയാണ്. ഈ അവസ്ഥയിൽ പറഞ്ഞുവിടാനും പറ്റില്ലല്ലോ." അമ്മ അത് പറഞ്ഞതും ജാനകി അവളുടെ ബഹളം വെയ്പ്പിന്റെ ഒച്ച വീണ്ടും കൂട്ടി. പെട്ടെന്ന് അമ്മ അവളേയും കൂട്ടി വീട്ടിനകത്തേക്ക് പോയി.

"ടീ, അവൻ ആ പെൺകൊച്ചിനേയും കൊണ്ട് പ്രസവത്തിന് വന്നിരിക്കുകയാണ്. അവൻ നിന്നെ പിടിച്ച് തിന്നാനൊന്നും പോണില്ല. ഞാനിവിടെ ഇല്ലേ? അവരെ ഈ അവസ്ഥയിൽ പറഞ്ഞു വിടുന്നത് മനുഷ്യത്വമാണോ? നീ തന്നെ ഒന്നാലോചിച്ച് നോക്ക്. തൽക്കാലം കുറച്ചു ദിവസത്തേക്ക് അമ്മയുടെ ചക്കരമോള് ഒന്ന ഡ്ജസ്റ്റ് ചെയ്യ്." അമ്മ കുറേ നേരം ജാനകിയെ മടിയിലിരുത്തി കാര്യങ്ങളെല്ലാം വിശദമായി പറഞ്ഞു. അമ്മ എല്ലാം പറഞ്ഞു കഴിഞ്ഞപ്പോൾ അവൾക്ക് സമാധാനമായി.

"പൂച്ച... പൂച്ച..." ജാനകി അമ്മയെ ഓർമ്മപ്പെടുത്തി.

"ങ്ഹാ... ശരിയാണ്. വാ, നമുക്കവരെപ്പോയി വിളിച്ചോണ്ട് വരാം." ജാനകിയെ എടുത്ത് വീണ്ടും ചുമലിൽ വെച്ച് അമ്മ പുറത്തേക്കിറങ്ങി. പൂച്ച മാർജ്ജാരനും ഭാര്യയും അമ്മ തിരിച്ചു വരുന്നതും നോക്കി മതിലിനുമുകളിൽത്തന്നെ പ്രതീക്ഷയോടെ കാത്തിരിക്കുന്നുണ്ടായിരുന്നു.

"വാ രണ്ടാളും."

അമ്മയുടെ വിളികേൾക്കേണ്ട താമസം പൂച്ചമാർജ്ജാരൻ ഭാര്യയെയും കൂട്ടി മുറ്റത്തേക്കിറങ്ങി വന്നു. അമ്മ അവരെയും കൊണ്ട് വീടിനു പിന്നിലെ എരിത്തിലിലേക്ക് പോയി. എരിത്തിൽ പശുക്കളില്ലാതെ ഏറെക്കാലമായി ഒഴിഞ്ഞു കിടക്കുകയായിരുന്നു. ജാനകിയെ എരിത്തിലിലെ പുല്ലിൻകൂട്ടിന് മുകളിലിരുത്തിയിട്ട് അമ്മ ചൂലെടുത്തുകൊണ്ട് വന്ന് പൊടിയും മണ്ണും തൂത്തുമാറ്റി മൂലയ്ക്കായി ചണച്ചാക്ക് വിരിച്ചിട്ട് പൂച്ചമാർജ്ജാരനോടും ഭാര്യയോടും അതിൽ കയറി കിടക്കാൻ പറഞ്ഞു. പറഞ്ഞു തീരേണ്ട പാട് വളരെ അനുസരണയോടെ അവർ രണ്ടാളും ചാക്കിൽ കയറിക്കിടന്നിട്ട് നന്ദിയോടെ അമ്മയെ നോക്കി.

"ഒന്നും കഴിച്ച ലക്ഷണമില്ല. ഗർഭിണിക്ക് വിശക്കുന്നുണ്ടാകും." അതും പറഞ്ഞ് അമ്മ പോയി മൺചട്ടിയിൽ ചോറും മീൻകറിയുമായി വന്നു. പൂച്ചമാർജ്ജാരനും ഭാര്യയും ഭക്ഷണം കഴിച്ചുകൊണ്ടിരിക്കേ അമ്മ മറ്റൊരു പണികൂടി ചെയ്തു. ക്രിസ്മസ് നക്ഷത്രം തൂക്കാനായി കഴിഞ്ഞ കൊല്ലം വാങ്ങിയ ബൾബ് എടുത്ത്കൊണ്ട് വന്ന് എരിത്തിലിൽ തൂക്കിയശേഷം വയർ വലിച്ചുകൊണ്ട് വന്ന് അതിന്റെ അറ്റത്തുണ്ടായിരുന്ന പ്ലഗ് അടുക്കളയിലെ സ്വിച്ച് ബോർഡിൽ കുത്തി.

"ഗർഭിണി കിടക്കുന്നിടത്ത് എപ്പോഴും വെളിച്ചം വേണം." സ്വിച്ച് ഓണാക്കവേ അമ്മ പറഞ്ഞു.

അന്ന് രാത്രി നന്നായി മഴപെയ്തു. നല്ല തണുപ്പായി. ജാനകിയെ പുതപ്പുകൊണ്ടുമൂടി അമ്മ നെഞ്ചോട് ചേർത്തു പിടിച്ചു കിടന്നു. "പണ്ടൊക്കെ ഈ സീസണിലൊന്നും ഇങ്ങനെ മഴപെയ്യില്ല. നല്ല തെളിഞ്ഞ അന്തരീക്ഷമാണ്." മഴയുടെ ശബ്ദം ഉയർന്നു കേൾക്കവേ അമ്മ ഓർത്തു.

"ടാ കുട്ടപ്പാ, കിങ്ങിണീ, നിങ്ങൾ മഴ സംസാരിക്കുന്നത് കേട്ടിട്ടുണ്ടോ?" അല്പനേരം എന്തോ ആലോചിച്ച് കിടന്നിട്ട് അമ്മ ചോദിച്ചു.

"ഒന്നു പോ അമ്മേ. മഴ സംസാരിക്കുമോ? അതിന് മഴയ്ക്കെവിടെ വായും നാക്കും?" കിങ്ങിണിയുടെ ചോദ്യം ശരിയാണെന്ന് എനിക്കും തോന്നി.

"മഴ മാത്രമല്ല, കാറ്റും വെയിലും മരങ്ങളും പുഴയും ഒക്കെ സംസാരിക്കും. അതിന് നമ്മളവരോട് കൂട്ട് കൂടണം. അവരെ സ്നേഹിക്കണം. അങ്ങോട്ടു ചെന്ന് വർത്തമാനം പറഞ്ഞു നോക്കണം. അവർ പറയുന്നത് മനസ്സിലാവാൻ ആദ്യമാദ്യം വളരെ പാടായിരിക്കും. എന്നാലും വളരെ കഷ്ടപ്പെട്ട് കാതെടുക്കാതെ അവരുടെ ശബ്ദം തന്നെ കേട്ടു കേട്ടിരുന്നാൽ പതുക്കെപ്പതുക്കെ നമുക്കവരുടെ ഭാഷ മനസ്സിലാവും. ലോകത്ത് ഏതു ഭാഷയും അങ്ങനെ തന്നെയാണ്. ആദ്യം കേൾക്കുമ്പോൾ ഒന്നും മനസ്സിലാവില്ല. പിന്നാലെ കൂടി അക്ഷരങ്ങളും വാക്കുകളും വാചകങ്ങളും കൊത്തിപ്പെറുക്കി എടുത്ത് തന്നെയാണ് എല്ലാരും അതൊക്കെ പഠിക്കുന്നത്. അതുപോലെ തന്നെയാണ് പ്രകൃതിയുടെ ഭാഷയും. പ്രകൃതി സംസാരിക്കുന്നത് ഇവരിലൂടെയാണ്. അത് നമ്മൾ കേൾക്കണം. പ്രകൃതിക്ക് നമ്മളോടെന്താണ് പറയാനുള്ളതെന്ന് അറിയണം. മഴ പെയ്യുമ്പോൾ ജനലിലൂടെ നോക്കി ഇരുന്നാൽ ജനലിനടുത്ത് വന്ന് മഴ നമ്മളോട് സംസാരിക്കും. നല്ല കൂട്ടുകാരായിക്കഴിഞ്ഞാൽ പെയ്യാൻ തുടങ്ങും മുൻപ് 'ഞാൻ ദാ വരാൻ പോണേ' എന്ന് മഴ നമ്മളോട് വിളിച്ചു പറയും."

പുറത്ത് പെയ്യുന്ന മഴയുടെ ശബ്ദം കാതോർത്ത് കിടക്കുന്ന അമ്മയോട് എനിക്ക് അതിശയവും അസൂയയും തോന്നി. അമ്മയ്ക്ക് ജാനകി പറയുന്നത് മനസ്സിലാവും, അമ്മയ്ക്ക് പൂച്ചമാർജ്ജാരൻ പറയുന്നത് മനസ്സിലാവും, അമ്മ പറയുന്നത് തിരിച്ച് അവർക്കും മനസ്സിലാവും. ഇപ്പൊ ദാ, അമ്മയ്ക്ക് മഴ പറയുന്നതും മനസ്സിലാകുമെന്ന്. അമ്മയെപ്പോലെ എനിക്കെന്നാണ് ഇവരോടൊക്കെ സംസാരിക്കാൻ പറ്റുന്നത്? ഇവർ പറയുന്നത് മനസ്സിലാക്കാൻ പറ്റുന്നത്?

എത്രയും വേഗം പ്രകൃതിയുടെ ഭാഷ പഠിച്ചെടുക്കണം, ഞാൻ തീരുമാനിച്ചു. മഴ പറയുന്നത് എന്തെങ്കിലും പിടികിട്ടുമോ എന്നറിയാനായി ഞാൻ പുറത്തേക്കു കാതോർത്തു.

പതിനൊന്ന്

ജാനകിയുടെ പുതിയ ഹോബിയാണ് ടി.വി. കാണൽ. ടി.വി. ഓണാക്കി റിമോട്ട് കൺട്രോളും മുന്നിലെടുത്ത് വെച്ചുകൊടുത്തിട്ടാണ് അമ്മ ഇപ്പോൾ തുണിയലക്കാനും മുറ്റം തൂത്തുവാരി വൃത്തിയാക്കാനുമൊക്കെ ഇറങ്ങുന്നത്. ഹാളിലെ ടീപ്പോയുടെ മുകളിലിരുന്നാണ് ജാനകി ടി.വി. കാണുന്നത്. ഒരു ചാനൽ അല്പനേരം കണ്ടതിന് ശേഷം അവൾ റിമോട്ടിലെ അടുത്ത ബട്ടൺ അമർത്തും.

അടുത്ത ചാനൽ അല്പനേരം കണ്ടതിനു ശേഷം പിന്നെ അതിനടുത്തതിലേക്ക്. അവൾക്ക് ഏറ്റവും ഇഷ്ടപ്പെട്ട ചാനൽ ഏതാണെന്നറിഞ്ഞാൽ അത്ഭുതപ്പെട്ടുപോകും. ബി.ബി.സി. ന്യൂസ് ചാനലാണ് അവൾ ഏറ്റവും കൂടുതൽ സമയം കാണുന്നത്. അതുകണ്ടുകഴിഞ്ഞിട്ട് വെറുതെ ഇരിക്കുകയല്ല അവൾ. അതിലെ വാർത്താ അവതാരകരെ പോലെ വാർത്ത വായനയും ഉണ്ട്. പുറത്തെ പണിയെല്ലാം കഴിഞ്ഞ് അമ്മ അകത്തേക്കു വന്ന് "ഇന്നത്തെ വാർത്തകൾ എന്തൊക്കെയാണെന്ന് കേൾക്കട്ടെ" എന്നു പറഞ്ഞാലുടനെ അവൾ തുടങ്ങും വാർത്താ അവതരണം. അതും ഇംഗ്ലീഷിൽ!

"കേട്ടോടാ കുട്ടപ്പാ, കിങ്ങിണീ, എന്റെ കൊച്ചിന്റെ ബി.ബി.സി വാർത്ത വായന. നിങ്ങൾ രണ്ടാൾക്കും ഇത്രേം നാള് സ്കൂളിപ്പോയി പഠിച്ചിട്ടും തെറ്റാതെ ഇംഗ്ലീഷിൽ മൂന്ന് സെന്റൻസ് ചേർത്ത് പറയാൻ പറ്റ്യോ?" അമ്മ ഞങ്ങളെ കളിയാക്കും.

പകൽ അമ്മ ഓഫീസിൽ പോകാൻ നേരം ജാനകിയെ കൂട്ടിനകത്താക്കിയിട്ട് പോകുന്ന പതിവ് നിർത്തി. പകരം മറ്റുമുറികളിലേക്കുള്ള വാതിലുകളെല്ലാം അടച്ചിട്ട് കളിപ്പാട്ടങ്ങളൊക്കെ എടുത്തു വെച്ച് ജാനകിയെ ഹാളിനകത്താക്കും.

"ആരെങ്കിലും വന്ന് കോളിംഗ് ബെല്ലടിച്ചാൽ തുറന്നു കൊടുത്തേക്കരുത് കേട്ടോ." വീടിന്റെ വാതിൽ പൂട്ടി ഇറങ്ങാൻ നേരം അമ്മ ജാനകിയോട് പറയും. അമ്മയോടൊപ്പം തോളിലൊരു ബാഗും തൂക്കി ഓഫീസിലേക്ക് പോകണമെന്ന് ജാനകിക്കുണ്ടെങ്കിലും അതു പുറത്തു കാണിക്കാതെ അവൾ ചിറകു വീശി 'റ്റാറ്റാ' പറയും. അമ്മ പോയിക്കഴിഞ്ഞാൽ പിന്നെ അവിടെ ജാനകിയുടെ ഒറ്റയാൾ തകർപ്പുകൾ തുടങ്ങുകയായി.

വൈകുന്നേരം അമ്മ വന്നാലുടൻ ജാനകി അമ്മയുടെ അന്നത്തെ ഓഫീസ് വിശേഷങ്ങൾ തിരക്കും. അവളോട് മറുപടി പറഞ്ഞു കൊണ്ടുതന്നെ അമ്മ റൂമിൽ കയറി വസ്ത്രം മാറ്റി അടുക്കളയിലേക്ക് പോയി കട്ടൻചായ ഉണ്ടാക്കും. എന്നിട്ട് രണ്ട് ഗ്ലാസ്സുകളിലേക്ക് ചായ ഒഴിച്ച് അതുമായി സിറ്റൗട്ടിലേക്കു വരും. അന്നേരം അവളെക്കൂടി എടുക്കും. സിറ്റൗട്ടിൽ വന്നിരുന്ന് രണ്ടാളും കട്ടൻ കുടിച്ചു തീരുന്ന നേരംകൊണ്ട് അന്നു പകൽ നടന്ന കാര്യങ്ങളൊക്കെ പരസ്പരം സംസാരിച്ചു കഴിയും. ഉടൻ തന്നെ ജാനകി 'പൂച്ച... പൂച്ച' എന്ന് അമ്മയെ ഓർമ്മപ്പെടുത്തും. പൂച്ചമാർജ്ജാരന്റെ ഭാര്യയ്ക്ക് അല്പം പാലുമായി രണ്ടാളും എരിത്തിലിലേക്ക് പോകും. അവിടെച്ചെന്നാൽ പൂച്ചമാർജ്ജാരന്റെ ഭാര്യയുമായിട്ടാണ് ജാനകിയുടെ വർത്തമാനം. പൂച്ചമാർജ്ജാരൻ പെണ്ണുങ്ങളുടെ വർത്തമാനത്തിലൊന്നും പങ്കെടുക്കില്ല. അവൻ അല്പം മാറിയിരുന്ന് എല്ലാം വീക്ഷിക്കും.

“പൂച്ചകൾ തത്തകളെ ഉപദ്രവിക്കുമെന്ന് ആരാടാ പിള്ളാരേ പറഞ്ഞത്? ദാ കണ്ടാ പൂച്ചയും തത്തയും തമ്മിലുള്ള സൗഹൃദം.” സ്കൂൾ വിട്ടു വന്ന് ജാനകിയെ കാണാനായി എരിത്തിലിലേക്കു ചെന്ന എന്നോടും കിങ്ങിണിയോടും അമ്മ ചോദിച്ചു. “ദൈവം സ്നേഹമാണ് എന്നു പറഞ്ഞു കേട്ടിട്ടില്ലേ? എല്ലാരുടെ ഉള്ളിലും ദൈവം സ്നേഹം നിറച്ചിട്ടുണ്ട്. പ്രകൃതിയെ തിരിച്ചറിയുന്നവർക്കേ ദൈവത്തെ തിരിച്ചറിയാൻ പറ്റൂ. ദൈവത്തെ തിരിച്ചറിയുന്നവർക്കേ സ്നേഹം തിരിച്ചറിയാൻ പറ്റൂ. ഭക്ഷണത്തിനല്ലാതെ ഒരു ജീവിയും മറ്റൊന്നിനെ കീഴ്പ്പെടുത്താൻ ശ്രമിക്കാറില്ല. അത് പ്രകൃതി നിയമമാണ്. പക്ഷേ മനുഷ്യരോ? പരസ്പരം ജയിക്കാൻ വേണ്ടിയാണ് കീഴ്പ്പെടുത്തുന്നത്. ആ മനുഷ്യർക്ക് പ്രകൃതിയും ഇല്ല, ദൈവവും ഇല്ല, സ്നേഹവും ഇല്ല.” അമ്മ നിർത്തിയതും ജാനകി വലിയ വായിൽ എന്തൊക്കെയോ ഫിലോസഫി നിരത്തിക്കൊണ്ട് അമ്മ പറഞ്ഞത് ശരിവെച്ചു. പൂച്ചമാർജ്ജാരന്റെ ഭാര്യയും ഒന്നുരണ്ട് ‘ങ്യാവൂ’ ശബ്ദം പുറപ്പെടുവിച്ചുകൊണ്ട് അവരോട് യോജിച്ചു. എന്നാൽ പൂച്ച മാർജ്ജാരൻ ഒന്നും പറഞ്ഞില്ല. എത്രയോ പേരുടെ സ്നേഹവും പകയും ആക്രമണവും കീഴ്പ്പെടുത്തലും അതിജീവിച്ച ഏകനായ പോരാളിയുടെ നിസ്സംഗതയോടെ അവൻ ഒരു മൂലയ്ക്ക് മിണ്ടാതിരുന്നതേയുള്ളൂ.

“ലോകം കണ്ട ജ്ഞാനികൾക്കെല്ലാം ഇവന്റെ മുഖഭാവമായിരിക്കും.” പൂച്ചമാർജ്ജാരന്റെ കടുത്ത മൗനത്തെ അമ്മ കളിയാക്കി.

ജാനകിയും പൂച്ചക്കുടുംബവും സൗഹൃദയത്തിലായതോടുകൂടി വൈകുന്നേരം ഒരു മണിക്കൂർ നേരം അമ്മ ജാനകിയെ എരിത്തിലിൽ ചിലവഴിക്കാൻ അനുവദിച്ചു. ആ സമയം ജാനകിയും പൂച്ച മാർജ്ജാരന്റെ ഭാര്യയും തമ്മിലുള്ള വർത്തമാനം പുറത്ത് റോഡിലൂടെ പോണവർക്കുപോലും കേൾക്കാൻ പറ്റും. ആ ഒച്ച കേൾക്കുമ്പോൾ അമ്മ പറയും “പെണ്ണുങ്ങൾ തമ്മിൽ കൂടിയാ ഇങ്ങനെയാണ്. വർത്തമാനം പറഞ്ഞാലും പറഞ്ഞാലും തീരൂല്ല.”

“പൂച്ചകളുടെ ഭാഷ തത്തകൾക്ക് മനസ്സിലാവുമോ അമ്മേ?” ഞാൻ അമ്മയോടു ചോദിച്ചു.

“മനസ്സിലാവും, എല്ലാ ജീവികൾക്കും മറ്റു ജീവികളുടെ ഭാഷ അറിയാൻ പറ്റും, മനുഷ്യർക്കൊഴിച്ച്.”

“അതെന്താ മനുഷ്യർക്ക് പറ്റാത്തത്?”

“ഒരു മനുഷ്യൻ സംസാരിക്കുന്നത് മറ്റൊരു മനുഷ്യന് മനസ്സിലാകുന്നില്ല. അപ്പോഴെങ്ങനെയാണ് മറ്റു ജീവികൾ പറയുന്നത് മനസ്സിലാകുന്നത്?” നേരിയ കളിയാക്കലോടെ അമ്മ എന്റെ ചെവിയിൽ പിടിച്ച് കറക്കി. “നീ എന്നാടാ കുട്ടപ്പാ ഒന്ന് വളർന്ന് ഒരാളായിത്തീരുന്നത്?”

പെട്ടെന്നാണ് "പൂച്ച... പൂച്ച... വാ... വാ..." എന്ന് ജാനകിയുടെ പേടിച്ചുള്ള നിലവിളി ഉയർന്നു കേട്ടത്. അപ്രതീക്ഷിതമായി ആ നിലവിളികേട്ടതും അമ്മ ജീവനും കൈയ്യിലെടുത്ത് എരിത്തിലിലേക്ക് ഓടി. കാര്യമെന്തെന്നറിയാതെ പിന്നാലെ ഞാനും. എരിത്തിലിലേക്ക് ആദ്യം ഓടിക്കയറിയത് അമ്മയാണ്. പുറകേ ഓടിച്ചെന്ന എന്നോട് അമ്മ പുറത്ത് നിൽക്കാൻ പറഞ്ഞു. എനിക്കൊന്നും മനസ്സിലായില്ല.

"എന്താണമ്മേ... എന്തുപറ്റി?"

അതിനു മറുപടിയായി അമ്മ അകത്തേക്കു ചെല്ലണ്ട എന്ന് ആംഗ്യം കാണിക്കുക മാത്രം ചെയ്തു. അമ്മ ചെന്നതും പൂച്ചമാർജ്ജാരൻ എരിത്തിലിനു പുറത്തേക്കു വന്ന് എന്റെ കുറച്ചപ്പുറത്തായി ഇരുപ്പായി. ജാനകി അവളെ ഇരുത്തിയിരുന്ന പുൽക്കൂടിന് മുകളിൽ കൂടി "പൂച്ച... പൂച്ച" എന്ന് വിളിച്ചുകൊണ്ട് അങ്ങോട്ടും ഇങ്ങോട്ടും ഓടിനടന്നുകൊണ്ടിരുന്നു.

"എന്തോ പന്തികേടുണ്ട്." ജാനകിയുടെ അസ്വസ്ഥത കണ്ടപ്പോൾ എനിക്കു തോന്നി. കുറെ നേരം കഴിഞ്ഞ് അവൾ പതുക്കെ വിളിയും ഓട്ടവും നിർത്താൻ തുടങ്ങി. പിന്നെ ശ്രദ്ധാപൂർവ്വം എരിത്തിലിന്റെ മൂലയിലേക്ക് നോക്കി ഇരുപ്പായി. എന്താണ് സംഭവം? അമ്മയും ആകാംക്ഷയോടെ അങ്ങോട്ടു നോക്കി നിൽപാണല്ലോ.

"മ്യാവൂ... മ്യാവൂ..." ഏതാനും നിമിഷങ്ങൾ കഴിഞ്ഞപ്പോൾ ജാനകി സന്തോഷംകൊണ്ട് വിളിച്ചുകൂവി. ആ വിളി കേട്ടയുടൻ തന്നെ പൂച്ചമാർജ്ജാരൻ എരിത്തിലിനകത്തേക്ക് പാഞ്ഞു.

"കേറിവാടാ കുട്ടപ്പാ... ദാ ഇത് നോക്ക്." അമ്മ എന്നെ അകത്തേക്കു വിളിച്ചു. ഞാൻ ചെന്നുനോക്കുമ്പോഴുണ്ട് പൂച്ചമാർജ്ജാരൻ അവന്റെ കുഞ്ഞുങ്ങളെ നക്കുകയും തലോടുമൊക്കെ ചെയ്യുന്ന കാഴ്ചയാണ് കണ്ടത്. നാല് സുന്ദരൻ പൂച്ചക്കുഞ്ഞുങ്ങളുണ്ട്. അപ്പുറത്തു മാറി അവന്റെ ഭാര്യ ആ കാഴ്ചയും നോക്കി കിടക്കുകയാണ്.

"പ്രസവിച്ച പെണ്ണല്ലേ... ക്ഷീണം കാണും." അതും പറഞ്ഞ് അമ്മ വീട്ടിനകത്തേക്ക് പോയി അല്പം ചൂടുവെള്ളവുമായി വന്നു. പുൽക്കൂടിന് മുകളിലിരുന്ന് "മ്യാവൂ.... മ്യാവൂ..." വിളിച്ച ജാനകി, അമ്മ അടുക്കളയിലേക്കു പോയ തക്കം നോക്കി പൂച്ചക്കുഞ്ഞുങ്ങളുടെ അടുത്തേക്ക് ഇറങ്ങിച്ചെന്നു കഴിഞ്ഞിരുന്നു. വെള്ളവുമായി അമ്മ പെട്ടെന്ന് തിരിച്ചുവന്നത് കണ്ടതും ജാനകി തിരിച്ച് പുൽക്കൂട്ടിനടുത്തേക്ക് ഓടിപ്പോയി അതിനു മുകളിലേക്ക് വലിഞ്ഞുകയറാൻ തുടങ്ങി.

"ഞാഹാ... നീ ആള് കൊള്ളാമല്ലോടീ... സർവ്വ കള്ളത്തരവും

നിന്റെ കൈയിലുണ്ട്." പൂച്ചമാർജ്ജാരന്റെ ഭാര്യയ്ക്ക് മൺചട്ടിയിൽ വെള്ളം ഒഴിച്ചുകൊടുക്കുന്നതിനിടെ അമ്മ ജാനകിയോടു പറഞ്ഞു.

പൂച്ചക്കുഞ്ഞുങ്ങൾ ജാനകിയുമായി വളരെ എളുപ്പത്തിലാണ് ഇണങ്ങിയത്. പൂച്ചമാർജ്ജാരനും ഭാര്യയും പകൽ നേരം പുറത്തേക്കു പോകുമ്പോൾ പൂച്ചക്കുഞ്ഞുങ്ങളെ കാർപോർച്ചിൽ കൊണ്ടു വന്നാക്കിയിട്ട് പോകും. കാർപോർച്ചിനോടു ചേർന്നുള്ള മുറിയുടെ ജനാലകൂടി അമ്മ ഓഫീസിൽ പോകാൻ നേരം ജാനകിക്കായി തുറന്നു കൊടുക്കും. എല്ലാരും പോയി കഴിഞ്ഞാൽ പൂച്ചക്കുഞ്ഞുങ്ങളുടെ രക്ഷാകർതൃത്വം ജാനകി ഏറ്റെടുക്കും. ജനാലയ്ക്കരികിൽ ചെന്നിരുന്ന് അവൾ അവരോടു വർത്തമാനം പറയും. കൂടുതൽ നേരവും കഥ പറഞ്ഞുകൊടുക്കലാണ്. ജനാലയുടെ കമ്പിയിൽ കയറിയിരുന്നാണ് ജാനകി കഥ പറയുന്നത്. തല മേലോട്ട് പിടിച്ച് താഴെ നിരന്നിരുന്ന് പൂച്ചക്കുഞ്ഞുങ്ങൾ കഥ കേൾക്കും.

"മൊത്തം സാരോപദേശ കഥകളാണല്ലോടീ... നീ അവരെ ഗുണദോഷിച്ച് ഒരു വശത്താക്കുമോ?" ജാനകിയുടെ കഥ കേട്ടുകൊണ്ട് വരവേ ഒരു ദിവസം അമ്മ അവളോടു ചോദിച്ചു. കഥ മാത്രമല്ല ചിലപ്പോൾ പാട്ടും പാടികൊടുക്കും. പൂച്ചക്കുഞ്ഞുങ്ങൾക്ക് ജാനകിയുടെ പാട്ട് വലിയ ഇഷ്ടമാണ്. ചില നേരത്ത് ജാനകിയുടെ ശകാരവും കേൾക്കാം. പൂച്ചക്കുഞ്ഞുങ്ങൾ അനുസരണക്കേട് കാണിച്ചാൽ ജാനകി സഹിക്കില്ല. അവൾ ശകാരിച്ചാൽ അവർ അച്ചടക്കത്തോടെ അതു കേട്ടുനിൽക്കും. പൂച്ചക്കുഞ്ഞുങ്ങൾ അവളുടെ കൺവെട്ടത്തുനിന്ന് എങ്ങോട്ടും പോകാതെ നോക്കുകയാണ് ജാനകിയുടെ പ്രധാന പണി. മൺചട്ടിയിൽ നിന്നും സമയത്ത് ഭക്ഷണം എടുത്തു കഴിക്കാൻ അവരെ നിർദ്ദേശിക്കുക, തമ്മിൽ തല്ലുകൂടുമ്പോൾ നാലാളെയും രമ്യതയിലെത്തിക്കുക, പട്ടി വരികയാണെങ്കിൽ ബഹളം വെച്ച് അതിനെ വിരട്ടുക ഇവയൊക്കെയാണ് ജാനകിയുടെ മറ്റ് ഉത്തരവാദിത്വങ്ങൾ. പൂച്ചക്കുഞ്ഞുങ്ങളിൽ ആരെങ്കിലും അവളുടെ കാഴ്ചയിൽ പെടുന്നില്ലെങ്കിൽ അവൾ ഉടനെ ചൂളംവിളിച്ച് ബഹളം തുടങ്ങും. ഉടൻ തന്നെ മറഞ്ഞിരിക്കുന്ന പൂച്ചക്കുഞ്ഞ് അവളുടെ മുന്നിൽ എത്തും. പതുക്കെ പതുക്കെ ഈ പ്രക്രിയ ഒരു ഒളിച്ചുകളിയുടെ രീതിയിലേക്ക് മാറി.

പൂച്ചക്കുഞ്ഞുങ്ങളോട് കളിച്ചും വർത്തമാനം പറഞ്ഞും കൊണ്ടുള്ള ജാനകിയുടെ സന്തോഷം നിർഭാഗ്യവശാൽ അധികം നീണ്ടുപോയില്ല. ഒരു ദിവസം വൈകിട്ട് ഞങ്ങൾ സ്കൂൾ വിട്ടു വരുമ്പോഴുണ്ട് ജാനകി അമ്മയുടെ മടിയിൽ സങ്കടത്തോടെ കിടക്കുന്ന കാഴ്ചയാണ് കണ്ടത്.

"എന്തു പറ്റി അമ്മേ ജാനകിക്ക്?" അവളുടെ ദയനീയ അവസ്ഥ കണ്ട് ഞാൻ ചോദിച്ചു.

“അവൾക്ക് പനിയാണെന്ന് തോന്നുന്നു. പൂച്ചമാർജ്ജാരനെയും ഭാര്യയേയും കുഞ്ഞുങ്ങളേയും എരിത്തിലിലെങ്ങും കാണുന്നില്ല. അവൻ വീണ്ടും പോയെന്നാണ് തോന്നുന്നത്. പൂച്ചകൾ അങ്ങനെയാണ് ഒരിടത്തും അധികകാലം നിൽക്കില്ല. അത് ഇവൾക്കറിയില്ലല്ലോ. അവരെ കാണാത്തോണ്ട് സങ്കടം കൊണ്ടുവന്ന പനിയാണിത്.” അമ്മ ജാനകിയുടെ നെറ്റിയിൽ കൈവച്ച് പനി നോക്കുകയും അവളെ തലോടുകയും ചെയ്തുകൊണ്ടിരുന്നു. “പൂച്ചക്കുഞ്ഞുങ്ങൾ വേഗം മടങ്ങിവരും. മോള് വിഷമിക്കണ്ട. അച്ഛനോട് വരുമ്പോൾ മോൾക്കുള്ള മരുന്നു വാങ്ങാൻ പറഞ്ഞിട്ടുണ്ട്.” അമ്മ ജാനകിയെ ഓരോന്ന് പറഞ്ഞ് ആശ്വസിപ്പിക്കാൻ ശ്രമിച്ചു.

ഒരു കവിൾ പാൽ അമ്മ അവൾക്ക് കൊടുക്കാൻ ശ്രമിച്ചെങ്കിലും അത് കുടിച്ച ഉടൻതന്നെ അവളത് അമ്മയുടെ മടിയിലേക്ക് ഛർദ്ദിച്ചു. “അയ്യോ... അയ്യോ” എന്ന് നേർത്ത ശബ്ദത്തിൽ അവൾ ദയനീയമായി കരയാനും തുടങ്ങി.

“പൂച്ചക്കുഞ്ഞുങ്ങൾ നാളെ വരും മക്കളേ - കരയാതിരിയെടീ.” അമ്മയ്ക്ക് ജാനകിയുടെ സങ്കടം കണ്ടിട്ട് സഹിക്കാൻ പറ്റിയില്ല, വൈകിട്ട് അച്ഛൻ ഗുളികയും മരുന്നുമായെത്തുമ്പോഴേക്കും ജാനകി പനിച്ച് അവശയായിട്ടുണ്ടായിരുന്നു. അമ്മ ഉടൻ തന്നെ ഗുളിക എടുത്ത് പൊടിച്ച് അര ഗ്ലാസ്സ് ചൂട് വെള്ളത്തിൽ കലക്കി ജാനകിയുടെ വായിലേക്ക് ഒഴിച്ചുകൊടുത്തു. അതു കുടിച്ച് കുറെ നേരം കണ്ണും ക്രാവി ഇരുന്ന ശേഷം അവൾ അമ്മയുടെ മടിയിൽ കിടന്ന് പതുക്കെ ഉറങ്ങാൻ തുടങ്ങി. അമ്മ അവളെ ഭദ്രമായി എടുത്ത് കട്ടിലിൽകൊണ്ട് കിടത്തി.

“ആധികേറി ഈ പെൺകൊച്ച് ഓരോന്ന് വരുത്തിവെയ്ക്കാതിരുന്നാ മതിയായിരുന്നു.” ജാനകിക്ക് പുതപ്പു മൂടിക്കൊടുക്കുന്നതിനിടെ അമ്മ സ്വയം പറഞ്ഞു. നേരത്തെ ഞങ്ങൾക്കെല്ലാം ഭക്ഷണം തന്നിട്ട് ജാനകിയോടൊപ്പം അമ്മയും അധികം വൈകാതെ കിടന്നു. കുഞ്ഞുങ്ങളായിരിക്കുമ്പോൾ ഇതുപോലെ എനിക്കോ കിങ്ങിണിക്കോ പനി വന്നാൽ അമ്മ ഞങ്ങളെ കെട്ടിപ്പിടിച്ച് കിടക്കും. അതിന് അമ്മ പറയുന്നത് ഞങ്ങളുടെ പനി അമ്മയുടെ ശരീരത്തിലേക്ക് വലിച്ചെടുക്കുകയാണെന്നാണ്. അമ്മയ്ക്ക് പനിയൊന്നും വരില്ലത്രേ. പനി മാത്രമല്ല ഞങ്ങൾക്കു വരുന്ന മുറിവുകളുടെ വേദന, സങ്കടം, കരച്ചിൽ ഇതൊക്കെ സ്വന്തം ശരീരത്തിലേക്ക് അമ്മ വലിച്ചെടുക്കും. എന്നിട്ട് സന്തോഷങ്ങളും ചിരിയും ഒക്കെ നിങ്ങളെടുത്തോളാൻ പറയും.

“ജാനകിയുടെ പനി ഇന്ന് അമ്മ വലിച്ചെടുക്കും അല്ലേ ചേട്ടാ?” കിങ്ങിണി എന്നോട് ചോദിച്ചു.

“ഉറപ്പല്ലേ....” അക്കാര്യത്തിൽ എനിക്ക് സംശയമുണ്ടായിരുന്നില്ല.

പന്ത്രണ്ട്

ജാനകിയുടെ പകൽ നേരത്തെ ഒറ്റപ്പെടലിൽ നിന്ന് അവളെ രക്ഷപ്പെടുത്താൻ വേണ്ടി അമ്മയും അച്ഛനും പലവഴികളും ആലോചിച്ചുവെങ്കിലും ഒന്നും ശരിയായില്ല. ഒടുവിൽ അച്ഛൻ കണ്ടെത്തിയ വഴിയാണ് മറ്റൊരു തത്തയെക്കൂടി അവൾക്ക് കൂട്ടായിട്ടു കൊടുക്കുക എന്നുള്ളത്. അങ്ങനെയാണ് തെങ്ങ് കയറാൻ വരുന്ന ഭാസ്കരൻമാമനോട് ഒരു ആൺതത്തയെ കിട്ടുമെങ്കിൽ കൊണ്ടുതരണം എന്ന് അച്ഛൻ പറഞ്ഞേല്പിച്ചത്. അതിനുശേഷം പിന്നെ മൂന്ന് മാസത്തേക്ക് ഭാസ്ക്കരൻമാമൻ ഈ വഴി വന്നിട്ടില്ല. ഒരു ദിവസം അപ്രതീക്ഷിതമായി ഒരു തത്തയെയുംകൊണ്ട് മാമൻ വീട്ടുമുറ്റത്തേക്ക് വന്നു.

"ഇവൻ ആള് പാവമാണ്. നിങ്ങടെ പെൺതത്തയ്ക്ക് പറ്റിയ കൂട്ടായിരിക്കും." ആ തത്തയെ അച്ഛന്റെ കൈയ്യിലേക്ക് കൊടുക്കവേ ഭാസ്ക്കരൻമാമൻ പറഞ്ഞു.

അങ്ങനെയാണ് രാമു ഞങ്ങടെ വീട്ടിലേക്കെത്തിയത്.

ജാനകിക്ക് അറിയാവുന്നപോലെ രാമുവിന് യാതൊരു കാര്യവും അറിയില്ല. വീട്ടിൽ വന്ന് ദിവസം രണ്ടു കഴിഞ്ഞിട്ടും രാമു വായ തുറന്ന് ഒരക്ഷരം മിണ്ടിയിട്ടില്ല. ബിസ്ക്കറ്റോ പഴമോ കൊടുത്താൽ ഒന്നോ രണ്ടോ കൊത്തു കൊടുക്കും. ബാക്കി കളയും. കാനിൽ വെള്ളം വെച്ചുകൊടുത്താലും കുളിക്കില്ല. പാൽ കൊടുത്താൽ ഗ്ലാസ്സിൽ നിന്നും അതെങ്ങനെ കുടിക്കണം എന്നറിയില്ല.

"ഈ കാട്ടുവാസിയെ എങ്ങനെ ഒന്ന് നന്നാക്കി എടുക്കും?" രാമുവിന്റെ രീതികൾ കണ്ട് അമ്മ നെറ്റിയിൽ കൈവച്ചു.

"ജാനകിയെക്കൂടി ഒരാഴ്ച ഇവന്റെ കൂട്ടിനകത്ത് താമസിപ്പിച്ചാലോ? അവളെക്കണ്ട് ഇവൻ പെട്ടെന്ന് കാര്യങ്ങൾ പഠിച്ചോളും." അച്ഛൻ പറഞ്ഞ ഐഡിയയോട് അമ്മ ആദ്യം ഒരുവിധത്തിലും യോജിച്ചില്ലെങ്കിലും ഒടുവിൽ രാമുവിനെ നന്നാക്കി എടുക്കാൻ വേറെ പോംവഴി ഇല്ലാത്തതിനാൽ അമ്മ സമ്മതിച്ചു കൊടുക്കുകയായിരുന്നു.

അച്ഛന്റെ ഐഡിയയ്ക്ക് വിപരീതഫലമാണ് ഉണ്ടായത്. രാമു നല്ലപാഠങ്ങൾ പഠിച്ചില്ല എന്നു മാത്രമല്ല, തന്നെ കൂട്ടിനകത്താക്കിയതിൽ പ്രതിഷേധിച്ച് ജാനകി ഒന്നും കഴിക്കാതെയും ആരോടും മിണ്ടാതെയും കൂടിന്റെ ഒരു മൂലയിൽ മൂടും തിരിഞ്ഞ് ഇരിപ്പുമായി. ആരെന്ത് ചോദിച്ചാലും ജാനകി ഒന്നും പറയില്ല.

"ജാനൂ വാവേ... ഇതെന്തിരിപ്പാണ്....ഒന്നും കഴിക്കുന്നില്ലേ?" എന്ന് അമ്മ ചോദിച്ചാൽ പരിഭവത്തോടെ അവൾ തിരിഞ്ഞൊന്ന് നോക്കും. എന്നിട്ട് പഴയപടി കൂടിനു പിന്നിലെ ഭിത്തിയിലേക്ക് കണ്ണുംനട്ട്

ഒറ്റ ഇരുപ്പിരിക്കും. ഓട്ടവും ബഹളവും അവൾ പൂർണ്ണമായും നിർത്തി. ചിലപ്പോൾ കൂടിന് പുറത്തേക്കിറങ്ങി നേരെ അതിന് മുകളിലേക്ക് അള്ളിപ്പിടിച്ച് കയറി മുറ്റത്തേക്ക് ഒറ്റ നോട്ടം നോക്കി അങ്ങനെയങ്ങ് ഇരിക്കും, മണിക്കൂറുകളോളം. ഞാനോ കിങ്ങിണിയോ അന്നേരം എന്തെങ്കിലും ചോദിച്ചാൽ മുഖത്ത് നോക്കാതെ മുറുമുറുക്കുക മാത്രം ചെയ്യും. ചില നേരങ്ങളിൽ കൂടിനു മുകളിൽ നിന്നും ഇറങ്ങിപ്പോയി ടി.വി. സ്റ്റാന്റിന്റെ പുറകിൽ മറഞ്ഞിരിക്കും. കളിപ്പാട്ടങ്ങൾ ഒന്നും കൈകൊണ്ട് തൊടില്ല. രണ്ട് ദിവസം കഴിഞ്ഞപ്പോൾ നീല നിറമുള്ള വാലിന്റെ നീണ്ട രണ്ട് തൂവലുകൾ അവൾ തന്നെ സ്വയം കൊത്തിപ്പൊഴിച്ചു കളഞ്ഞു. അതും കൂടി കണ്ടപ്പോൾ അമ്മയ്ക്ക് ആകെ വിഷമമായി.

"രാമു നല്ല പാഠങ്ങൾ പഠിക്കുന്നില്ലെങ്കിൽ അവനെ ഭാസ്കരൻ പണിക്കന് തന്നെ തിരിച്ചു കൊടുത്തേക്കാം. അല്ലാതെ ഈ പെൺ കൊച്ചിന്റെ കഷ്ടപ്പാട് കണ്ടിട്ട് എനിക്ക് തീരെ സഹിക്കുന്നില്ല." രാമു വന്ന് ഒരാഴ്ച കഴിഞ്ഞപ്പോൾ അമ്മ അച്ഛനോട് പറഞ്ഞു. ജാനകിയുടെ പ്രസരിപ്പും ഉത്സാഹവും എല്ലാം നഷ്ടപ്പെട്ടതായി അച്ഛനും തോന്നിയിരുന്നു.

"ഏതായാലും അവനും ഒരു അഭയാർത്ഥിയല്ലേ..?" അച്ഛൻ അമ്മയെ സമാധാനിപ്പിക്കാൻ ശ്രമിച്ചു. "ജാനകിയെ പഴയപോലെ കട്ടിലിൽ തന്നെ കിടത്താം. രാമുവിന് കുറച്ചു ദിവസം കൂടി നമുക്കു കൊടുക്കാം. അവൻ തനിച്ച് കിടന്നോട്ടെ കൂട്ടിൽ. എന്നിട്ട് കാര്യങ്ങളൊക്കെ നോക്കി പഠിച്ചോട്ടെ."

ശരി എന്ന അർത്ഥത്തിൽ തലയാട്ടിക്കൊണ്ട് അമ്മ ഇരുന്നിടത്ത് നിന്ന് എഴുന്നേറ്റ് കൂടു തുറന്ന് ജാനകിയെ എടുക്കാൻ നോക്കി. ആദ്യം അമ്മയുടെ അടുത്തേക്ക് വരാതെ കൂടിന്റെ മൂലയിലേക്ക് മാറിമാറിപ്പോയെങ്കിലും "കണ്ണേ... പൊന്നേ..."എന്നൊക്കെ അമ്മ കുറേ നേരം വിളിച്ചോണ്ടിരുന്നപ്പോൾ ജാനകിയുടെ മനസ്സ് അലിഞ്ഞു. അവൾ അമ്മയുടെ ചൂണ്ടുവിരലിലേക്കു ചാടിക്കയറി ഇരുന്നു. അമ്മ പതുക്കെ അവളെ കൂടിനു പുറത്തെടുത്ത് നെറ്റിയിൽ ഉമ്മ വെച്ചു. ജാനകി അമ്മയുടെ ചുമലിലേക്ക് ചാടിക്കയറി അമ്മയുടെ നെറ്റിയിലും മൂക്കിലും ഒക്കെ തുരുതുരെ ഉമ്മ വെയ്ക്കാൻ തുടങ്ങി. "അമ്മ... അമ്മ..." എന്ന് അതിനിടെ അവൾ പറയുന്നുമുണ്ടായിരുന്നു.

"ഓഹോ ഇതെപ്പൊ പഠിച്ചു? ഒരാഴ്ചയായി മിണ്ടാതിരുന്നത് ഇതിനായിരുന്നോ?" അമ്മയ്ക്ക് ജാനകിയുടെ ആ വിളി കേട്ട് സന്തോഷം അടക്കാനായില്ല.

ഏതാനും ദിവസത്തെ മൗനത്തിനു ശേഷം വീട് വീണ്ടും പഴയ പോലായി. വീട്ടിനുള്ളിൽ ജാനകിയുടെയും അമ്മയുടെയും

വർത്തമാനവും ബഹളവും നിറഞ്ഞു. ഇതേ സമയം കഥയൊന്നുമറിയാതെ പാവം രാമു കൂട്ടിനുള്ളിൽ ഇതെല്ലാം നോക്കി അന്തംവിട്ട പോലെ ഇരിക്കുകയായിരുന്നു.

"അമ്മ പറയുംപോലെ അമ്മയുടെ മൂന്നാമത്തെ മോളാണ് ജാനകി എന്നല്ലേ അവൾ കരുതിയിരിക്കുന്നത്? അപ്പോൾ അവളെ ഒരു തത്തയുടെ കൂടെ കൂട്ടിലിട്ടാൽ അവളെങ്ങനെ അത് സഹിക്കും?" ഞാൻ കിങ്ങിണിയോടു പറഞ്ഞു.

"തമാശയ്ക്കാണ് പറഞ്ഞതെങ്കിലും ഇവൾ തത്തയാണ് എന്നുള്ള കാര്യം ഇവൾക്കറിയില്ലായിരിക്കും എന്ന കാര്യം ഉറപ്പാണ്." അച്ഛൻ എന്നോടു യോജിച്ചു.

"ജാനകി അമ്മയുടെ മോളാണെങ്കിൽ ജാനകിയുടെ തത്തയാണ് രാമു." കിങ്ങിണി പറഞ്ഞു.

കിങ്ങിണി പറഞ്ഞത് ശരിവെക്കും വിധമായിരുന്നു പിറ്റേന്ന് മുതൽ രാമുവിനോടുള്ള ജാനുവിന്റെ പെരുമാറ്റം.

നേരം വെളുത്ത് അമ്മയോടൊപ്പം ഉണർന്നുവന്നയുടൻ തന്നെ ജാനകി നേരെ കൂട്ടിനടുത്ത് ചെന്ന് രാമുവിനെ വിളിച്ചുണർത്തി. സുഖനിദ്രയിലായിരുന്ന അവൻ ജാനുവിന്റെ വിളി കേട്ട് ഞെട്ടിയുണർന്ന് അവളെ അന്തം വിട്ട് നോക്കി. ഇതേസമയം ചുണ്ടുകൊണ്ട് കൂടിന്റെ വാതിൽ കൊത്തിത്തുറന്ന് ജാനകി അവനോട് ഇറങ്ങി പുറത്തേക്കു വരാൻ പറഞ്ഞു. പക്ഷേ രാമുവുണ്ടോ അനുസരിക്കുന്നു?

"ടീ, നീ പറയുന്നതെന്തെങ്കിലും അവനു മനസ്സിലായിട്ട് വേണ്ടേ അവൻ നിന്നെ അനുസരിക്കാൻ." ജാനുവിനോട് അമ്മ പറഞ്ഞു. എന്നിട്ട് കൂടിന്റെ വാതിൽ അടച്ച് അതെടുത്ത് അടുക്കളയുടെ സ്ലാബിനു മുകളിൽ കൊണ്ടു വെച്ചു. ജാനകി പിന്നാലെ വന്ന് കൂടിനടുത്തായി പച്ചക്കറി വെച്ചിരിക്കുന്ന മുറത്തിൽ, അവളുടെ സ്ഥിരം സ്ഥലത്ത് കയറിയിരുന്ന് സമയം ഒട്ടും കളയാതെ സാമ്പാറിനുള്ള പച്ചക്കറികൾ കൊത്തിമുറിക്കാൻ തുടങ്ങി.

"ഇതെത്ര പേർക്കുള്ള സാമ്പാറിനാടീ നീ കൊത്തി അരിയുന്നത്? വല്ല കല്യാണത്തിന്റെയും ക്വട്ടേഷൻ നീ ഏറ്റെടുത്തിട്ടുണ്ടോ?" വളരെ ധൃതിയിൽ ജാനകി പച്ചക്കറി കൊത്തിത്തെറിപ്പിക്കുന്നത് കണ്ട് അമ്മ അവളെ കളിയാക്കി. പക്ഷേ ജാനകി അല്പംപോലും ഗൗരവം വിടാൻ തയ്യാറായില്ല. അവൾ ഓരോ തവണയും പച്ചക്കറിയിൽ കൊത്തിയശേഷം ഇതു വല്ലതും നിനക്കറിയോ എന്ന ഭാവത്തിൽ രാമുവിനെ നോക്കും. വീണ്ടും ഈ പ്രവൃത്തി തുടരും.

"ഒരു മത്തന്റെ തുണ്ടം നീ അവനുകൂടെ വെച്ചുകൊട്..." അമ്മ ജാനുവിനോട് പറഞ്ഞു. "എങ്കിലല്ലേ അവനും ഇതൊക്കെ പഠിക്കൂ."

ജാനകി തല വെട്ടിച്ച് അമ്മയെ ഒന്ന് നോക്കി. ആ നോട്ടത്തിന് 'അവൻ അതിനുവേണ്ടി ആയിട്ടില്ല, ഇപ്പോൾ ഇതൊക്കെ കണ്ടു പഠിക്കട്ടെ' എന്ന ഭാവമായിരുന്നു.

"എന്റെ പൊന്നു രാമൂ, നിന്റെ കാര്യം പോക്കാണെന്നാണ് തോന്നുന്നത്?" ജാനകിയുടെ ഗൗരവം കണ്ട് അമ്മ രാമുവിനോടു പറഞ്ഞു. രാമുവിന് അമ്മയും ജാനകിയും തമ്മിൽ പറയുന്നതൊന്നും പിടികിട്ടിയില്ല എന്ന് മാത്രമല്ല അടുക്കളയുടെ അപരിചിതമായ അന്തരീക്ഷത്തിൽ പെട്ടുപോയ അന്യഗ്രഹജീവിയെപ്പോലെ അവൻ എല്ലായിടത്തേക്കും തുറിച്ച് നോക്കിക്കൊണ്ടിരുന്നു.

"പൂച്ചക്കുഞ്ഞുങ്ങൾക്ക് ക്ലാസ്സെടുത്ത് ക്ലാസ്സെടുത്ത് അവര് നിന്നെ ഇട്ടിട്ട് പോയപോലെ ആകരുത് ഇതും. ഇവനോട് അല്പം സ്നേഹത്തോടെ പെരുമാറിയാൽ നിനക്കു തന്നെ നല്ലത്." സാമ്പാറിനുള്ള പച്ചക്കറി കഷണങ്ങൾ കുക്കറിലേക്ക് ഇടവേ അമ്മ ജാനകിയെ ഉപദേശിച്ചു. ആ ഉപദേശം ചെവിക്കൊണ്ടപോലെ അവൾ രാമുവിനെ പെട്ടെന്ന് ഒന്ന് നോക്കി. പിന്നെ ഒരു ചെറിയ തുണ്ടം മത്തൻ കൊത്തിയെടുത്ത് കൂടിന്റെ അഴികൾക്കിടയിലൂടെ രാമുവിന്റെ മുന്നിലേക്ക് വെച്ചുകൊടുത്തു.

പതിമ്മൂന്ന്

ജാനകിയുടെ ട്രെയിനിംഗ് വളരെ വേഗത്തിൽ ഫലം കണ്ടു. ദിവസം രണ്ടു കഴിഞ്ഞപ്പോൾ രാമുവിന് പുതിയ വീടിനോടുള്ള അപരിചിതത്വം ഒക്കെ മാറി. ജാനകിയോടൊപ്പം അവനും കൂടിനു പുറത്തേക്കൊക്കെ ഇറങ്ങാൻ തുടങ്ങി. കുളിക്കുന്നതും ഭക്ഷണം കഴിക്കുന്നതും ഒക്കെ ജാനകിയെ നോക്കി അതുപോലെ അവനും ചെയ്യാൻ തുടങ്ങി. ജാനകി "ഇങ്ങോട്ടു വാ" എന്നു വിളിച്ചാൽ അവൻ അനുസരണയോടെ അടുത്ത് വന്നിരിക്കും. കളിപ്പാട്ട ശേഖരത്തിൽ നിന്ന് പന്തും ക്ലിപ്പും ചീപ്പും ഒക്കെയെടുത്ത് ജാനകി അവന് കളിക്കാൻ കൊടുത്തു.

ജാനകി രാമുവിനെ കളിപ്പിക്കുന്നത് കാണാൻ ബഹുരസമാണ്. പന്തെടുത്ത് ചിറകുകൾ കൊണ്ടവൾ ഒരു തട്ട് കൊടുത്ത് ദൂരേക്ക് ഉരുട്ടി വിടും. എന്നിട്ട് 'പോയി അതെടുത്തുകൊണ്ടുവാ' എന്ന് രാമുവിനോട് പറയും. പാവം രാമുവിനുണ്ടോ ആ പന്ത് എടുത്ത് കൊണ്ടുവരാൻ അറിയുന്നു? അവൻ നടന്ന് പന്തിനടുത്ത് പോയി കണ്ണും മിഴിച്ച് നിൽക്കും. ഉടൻ "ഈ പയ്യന് ഒന്നും അറിയില്ലല്ലോ ദൈവമേ, ഇവനെ ഞാനെങ്ങനെയാണ് ഒന്ന് ശരിയാക്കിയെടുക്കുന്നത്" എന്ന്

പിറുപിറുത്തുകൊണ്ട് ജാനകി പന്തിനടുത്തേക്ക് ചെല്ലും. എന്നിട്ട് തലവച്ച് പന്ത് മുന്നോട്ട് ഉന്തിത്തള്ളികാണിച്ചുകൊടുക്കും. രണ്ട് മൂന്ന് വട്ടം ജാനകി പന്ത് തള്ളി നീക്കുന്നത് കാണുമ്പോൾ രാമു ഒരു വട്ടം തലകൊണ്ട് പന്തിനെ ഒന്ന് ഉന്തി നോക്കും.

"ഇവൾ സൂപ്പർ ട്രെയ്നറാണല്ലോ ഗീതേ." ജാനകിയുടെ പരിശീലനം കണ്ട് അച്ഛൻ അമ്മയോട് അതിശയം പ്രകടിപ്പിച്ചു.

"ഇനി ഏതായാലും എനിക്ക് സമാധാനമായിട്ട് ഓഫീസിൽ പോകാം." ജാനകിക്ക് രാമുവിനെ ഇഷ്ടപ്പെട്ടതിൽ അമ്മ ആശ്വസിച്ചു.

ഓഫീസിൽ പോകാൻ നേരം ജാനുവിനും രാമുവിനും സ്വാതന്ത്ര്യത്തോടെ കളിക്കാനായി അമ്മ അകത്തെ മുറിയെല്ലാം തുറന്നിട്ടുകൊടുത്തുവെങ്കിലും പഴയപോലെ ജനാല തുറന്നിട്ടുകൊടുത്തില്ല. രാമു പറന്നുപോയാലോ എന്നായിരുന്നു അമ്മയുടെ പേടി. അവൻ പറന്നു പോയാൽ ഇനി അതുമതി ജാനകിക്ക് അടുത്ത പനി വരാൻ. പൂച്ചക്കുഞ്ഞുങ്ങൾ പോയതിലുള്ള വിഷമം അവൾക്കു മാറിവരുന്നതേയുള്ളൂ.

ജാനകിക്കു പറ്റിയ കളിക്കൂട്ടുകാരൻ തന്നെയായിരുന്നു രാമു. ജാനകി എന്തു പറയുന്നോ അത് അനുസരിച്ചു നിന്നോളും അവൻ. അവനു മാത്രമായിട്ട് ഒരു പ്രത്യേക കളിയൊന്നും ഇല്ല. അവൾ എങ്ങോട്ടു പോകുന്നോ അവളുടെ പിന്നാലെ ചെല്ലുക, അവൾ എന്തു ചെയ്യുന്നോ അതുപോലെ ചെയ്യുക ഇവ മാത്രമായിരുന്നു അവന്റെ പണി. ഉദാഹരണത്തിന്, ജാനകി ജനലിന്റെ അഴികളിലേക്ക് വലിഞ്ഞു പിടിച്ച് കയറുകയാണെന്നിരിക്കട്ടെ. രാമു താഴെ നിലത്തിരുന്ന് ഉറക്കംതൂങ്ങുകയാണെങ്കിലും ജാനകി ജനലിൽ കയറുന്നത് കണ്ടാൽ അവനും ഉറക്കം നിർത്തി പിന്നാലെ ചെന്ന് ജനലിൽ വലിഞ്ഞ് കയറാൻ തുടങ്ങും. ജാനുവിനെപ്പോലെ അവനു വേഗത്തിൽ കയറാനൊന്നും പറ്റില്ല. അപ്പോൾ അവളുടെ വക ഉപദേശം കേൾക്കാം.

"നിനക്ക് അവിടെ ഇരുന്ന് ഉറങ്ങിയാൽ പോരേ രാമൂ... നീ ജനലിലൊന്നും കയറാറായിട്ടില്ലെന്ന് അറിയില്ലേ? നീയെങ്ങാനും ഇനി പിടിവിട്ട് താഴെ വീണ് തലയോ ദേഹമോ മുറിഞ്ഞാൽ ആരുണ്ട് ഇവിടെ ആശുപത്രിയിൽ കൊണ്ടുപോകാൻ? അമ്മ വന്നത് കണ്ടാൽ എങ്ങനെ സഹിക്കും?" ഇനി ജാനകി ജനലിൽ കയറുമ്പോൾ രാമു കൂടെ ചെല്ലാതിരുന്ന് ഉറങ്ങിയാലും ഉണ്ട് അവളുടെ ശകാരം വേറെ. "നീ ഇങ്ങനെ മടിപിടിച്ചിരുന്ന് ഉറങ്ങിക്കോ രാമൂ... എല്ലാ കൊച്ചുങ്ങളെയും പോലെ നിനക്ക് നടക്കാനും പറക്കാനും ഒന്നും പഠിക്കേണ്ടേ.... ഇങ്ങനെ ഇരുന്നാൽ നീ എങ്ങനെ വളർന്ന് വലുതായി

ഈ വീട്ടിലെ കാര്യങ്ങളൊക്കെ നോക്കും. അച്ഛനൊരു സഹായമായി ത്തീരേണ്ടവനല്ലേ നീ?"

അമ്മയാണ് ജാനകിയുടെ വർത്തമാനം വിവർത്തനം ചെയ്തു തരുന്നത്. ഞാനും കിങ്ങിണിയും അവളുടെ ഭാഷ പഠിച്ചുവരുന്നതേയുള്ളൂ. അച്ഛൻ, അമ്മ, ചേച്ചി, ചേട്ടൻ, രാമൂ... എന്നൊക്കെ അവൾ വളരെ വ്യക്തമായി ഇപ്പോൾ വിളിക്കും. പോരാത്തതിന് അമ്മയുടെ മൊബൈൽ ഫോണിന്റെ റിംഗ്ടോൺ ശബ്ദം അതുപോലെ അനുകരിക്കുകയും ചെയ്യും! ചില സമയം അവളുണ്ടാക്കുന്ന ശബ്ദം കേട്ടാൽ ശരിക്കും ഫോൺ ബെല്ലടിക്കുകയാണെന്നേ തോന്നൂ.

വർത്തമാനത്തിന്റെ കാര്യത്തിൽ രാമു ജാനകിയുടെ നേരെ വിപരീതമാണ്. അവന് വായ തുറന്ന് എന്തെങ്കിലും മിണ്ടാൻ വലിയ മടിയാണ്. ഞങ്ങളാരെങ്കിലും ചെന്ന് എത്രനേരം കിള്ളിക്കിള്ളി ഓരോന്ന് ചോദിച്ചാലും കണ്ണിലോട്ട് നോക്കി മിണ്ടാതിരിക്കത്തേയുള്ളൂ അവൻ. ഞങ്ങൾ അവിടുന്ന് പോയികഴിഞ്ഞു എന്ന് മനസ്സിലാക്കിയാലുടൻ ജാനകിയുടെ അടുത്ത് ചെന്ന് അവൻ ചെവിയിൽ എന്തൊക്കെയോ പിറുപിറുക്കും. അതിനുള്ള അവളുടെ മറുപടി ഉച്ചത്തിൽ കേൾക്കുകയും ചെയ്യാം. "എന്റെ രാമൂ, നിന്നോടുള്ള സ്നേഹംകൊണ്ടല്ലേ അമ്മയും ചേട്ടനും ചേച്ചിയുമൊക്കെ നിന്നോട് ഓരോന്ന് ചോദിക്കുന്നത്. നീ ഇങ്ങനെ മിണ്ടാതിരുന്നാൽ അവർക്ക് വിഷമമാകില്ലേ?"

"ചെറിയ കൊച്ചാണെങ്കിലും എന്റെ ജാനകിയുടെ പക്വത കണ്ടോടീ കിങ്ങിണീ. നിങ്ങൾ രണ്ടാളും അവളെക്കണ്ട് പഠിക്കണം." ജാനകി രാമുവിനെ ഉപദേശിക്കുന്നത് കേൾക്കുമ്പോൾ അമ്മ പറയും. അതു കേൾക്കുമ്പോൾ ജാനകി ഗമയോടെ ഞങ്ങളെ ഒരു നോട്ടമുണ്ട്. അതുവേണം കാണാൻ.

ഒരു ദിവസം അമ്മ ഓഫീസ് വിട്ട് വരുമ്പോഴുണ്ട് വീടിന്റെ സൈഡിലുള്ള ഒരു പാളി ജനൽ തുറന്നു കിടക്കുന്നു. ഗേറ്റിന് വെളിയിൽ നിൽക്കുമ്പോഴേ കാണാം ജനൽ തുറന്ന് കിടക്കുന്നത്. എന്താണ് സംഭവിച്ചതെന്നറിയാതെ നെഞ്ചിൽ കൈവച്ചുകൊണ്ടാണ് അമ്മ മുറ്റത്തേക്ക് ഓടിക്കയറി വന്നത്. മുറ്റത്തേക്ക് കയറുമ്പോൾ പതിവിന് വിപരീതമായി ചില കലപില ശബ്ദങ്ങൾ അമ്മയുടെ കാതിൽ വീണു. അമ്മ പതിയെ പമ്മിപ്പമ്മി ജനൽപാളിയുടെ അല്പം അകലെയായി വന്നു നിന്ന് നോക്കുമ്പോഴുണ്ട് ജനാലയുടെ സമീപത്തുള്ള പേരമരത്തിലിരുന്ന് ഒരു അണ്ണാൻ 'ഛിൽ... ഛിൽ....' എന്ന് സംസാരിക്കുകയാണ്. ജനാലയുടെ അഴിയിൽ കയറിയിരുന്ന് അണ്ണാനോട് ഓരോന്ന് ചോദിക്കുന്നത് ജാനകിയും. രാമു ജനാലയുടെ കീഴേ നിലത്ത് ഒന്നും മിണ്ടാതെ ഈ വർത്തമാനം

കേട്ടുകൊണ്ടിരിക്കുകയാണ്. അവരുടെ വർത്തമാനത്തെ തടസ്സപ്പെടുത്തണ്ടെന്ന് കരുതി അമ്മ ഒച്ചയുണ്ടാക്കാതെ മുൻവാതിൽ തുറന്ന് അകത്ത് കയറി. അടുക്കളയിൽ ചെന്ന് ഒരു കട്ടൻചായയെടുത്ത് സിറ്റൗട്ടിലേക്ക് അമ്മ എത്തിയതും അമ്മ വന്ന വിവരം മനസ്സിലാക്കിയ ജാനകി അണ്ണാനുമായുള്ള വർത്തമാനം നിർത്തി ഓടി അവിടേക്ക് വന്നു. പിന്നാലെ രാമുവും.

"ആരോടായിരുന്നു തകർപ്പ്? ഞാൻ വന്നിട്ട് നേരം കുറെയായി." അമ്മ ജാനകിയോട് പരിഭവം നടിച്ചു. അവൾക്ക് മനസ്സിലായി അമ്മ വന്നത് താൻ അറിയാത്തതിൽ അമ്മ പിണങ്ങിയിരിക്കുകയാണെന്ന്. അമ്മ പിണങ്ങിയാൽ അവൾക്ക് സഹിക്കാൻ പറ്റില്ല. അവൾ ഓടി വന്ന് അമ്മയുടെ കാലിലൂടെ കൊത്തിപ്പിടിച്ച് മടിയിൽ കയറി ഇരുന്നു. 'ഛിൽ... ഛിൽ... അമ്മേ... ഛിൽ... ഛിൽ..." അമ്മ ചോദിച്ചതിന് മറുപടിയെന്നോണം അവൾ പറഞ്ഞു. അവളത് പറഞ്ഞു തീരേണ്ട താമസം പേരമരത്തിലിരിക്കുകയായിരുന്ന അണ്ണാൻ ഒറ്റച്ചാട്ടത്തിന് മുറ്റത്തെ നെല്ലിമരത്തിന്റെ കൊമ്പിൽ പ്രത്യക്ഷപ്പെട്ടു.

"ഇവനാണോ ഛിൽ... ഛിൽ?" അമ്മ ചോദിച്ചു

ജാനകി അതെയെന്ന് തലയാട്ടി

"ഛിൽ ഛിൽ നിന്റെ കൂട്ടുകാരനാണോ?"

അതിനും ജാനകി അതെയെന്ന് തലയാട്ടി

"എന്നാൽ അവനോട് നിക്കാൻ പറ." അതും പറഞ്ഞ് അമ്മ അകത്തേക്ക് പോയി. അമ്മ അകത്തേക്ക് പോയ തക്കത്തിന് അണ്ണാൻ സിറ്റൗട്ടിന്റെ കൈവരിയിൽ വന്നിരുന്നു. അമ്മ ഇനി വീണ്ടും പിണങ്ങിയാലോ എന്ന് പേടിച്ചിട്ടാവണം ജാനകി അവന്റെ അടുത്തേക്ക് പോയില്ല. രാമു ഇതെല്ലാം നോക്കി ദൂരെ മാറി നിന്നതേയുള്ളൂ. അമ്മ അകത്തു നിന്ന് ഒരുപിടി മത്തന്റെ വിത്ത് എടുത്തുകൊണ്ട് വന്ന് സിറ്റൗണ്ടിന്റെ കൈവരിയിൽ വെച്ചു. അമ്മ വന്നതും 'ഛിൽ ഛിൽ' തിരിച്ച് നെല്ലിമരത്തിലേക്ക് ചാടിപ്പോയി.

"ആദ്യമായിട്ട് കൂട്ടുകാരൻ വീട്ടിൽ വന്നതല്ലേ...? അവനെ വിളിച്ച് ഇതു തിന്നാൻ പറയ്. അവൻ നിന്റെ ഗസ്റ്റല്ലേ?" അമ്മ ആ പറഞ്ഞത് ജാനകി വിശ്വസിച്ചില്ല. അവൾ അത് വിശ്വസിക്കാതിരിക്കാൻ കാരണമുണ്ട്. അമ്മ എപ്പോഴും അവളെ ഉപദേശിക്കുന്നത് പരിചയമില്ലാത്തവരുമായി ചങ്ങാത്തം കൂടരുതെന്നാണ്. അമ്മയുടെ പേടി അണ്ണാനോ പ്രാവോ ഒക്കെ വന്ന് കമ്പനി ആയാൽ ജാനകിക്കും അവരെപ്പോലെ പുറത്തു പോകാൻ തോന്നിയാലോ എന്നാണ്.

നാലഞ്ച് തവണ അണ്ണാനെ വിളിക്കാൻ അവളെ നിർബന്ധിച്ചപ്പോളാണ് ജാനകിക്ക് അമ്മ പറയുന്നത് വെറുതെയല്ല എന്ന് മനസ്സിലായത്.

"ഛിൽ... ഛിൽ... വാ... വാ..." ജാനകിയുടെ വിളി കേൾക്കേണ്ട താമസം അണ്ണാൻ നെല്ലിമരത്തിൽ നിന്നു ചാടി വീണ്ടും സിറ്റൗട്ടിന്റെ കൈവരിയിലേക്കു വന്നു. അമ്മ ഇരിക്കുന്നതുകൊണ്ടാവും അവൻ ശങ്കയോടെ അല്പം മാറിയാണ് ഇരുന്നത്.

"വാടോ തനിക്കെന്താ ഒരു നാണം?" അമ്മ അത് പറയേണ്ട താമസം ഛിൽ ഛിൽ ഓടി വന്ന് മത്തൻ വിത്തുകൾ ഓരോന്നായി എടുത്ത് തിന്നാൻ തുടങ്ങി. ജാനകിയും ഉടൻ തന്നെ സിറ്റൗട്ടിന്റെ കൈവരിക്കു മുകളിലേക്ക് അള്ളിപ്പിടിച്ചു കയറി ഛിൽഛിലിനോടൊപ്പം കൂടി. ഒന്നുരണ്ട് വിത്തെടുത്ത് തിന്നു കഴിഞ്ഞപ്പോഴാണ് അവൾക്ക് രാമുവിനെ ഓർമ്മ വന്നത്.

"രാമൂ... വാ." അവൾ കൈവരിയിലിരുന്ന് രാമുവിനെ വിളിച്ചു. അവനുണ്ടോ നിന്നിടത്തു നിന്ന് അനങ്ങുന്നു.

"ഒന്നാമതേ അവന് ആളിനെക്കണ്ടൂടാ... ഇപ്പോഴാണെങ്കിൽ ഈ ഛിൽഛിലും. അവൻ വരുമെന്ന് നിനക്കു തോന്നുന്നുണ്ടോ ജാനകീ?" അമ്മ ജാനകിയോട് ചോദിച്ചു.

അപ്പോൾത്തന്നെ ജാനകി ഏതാനും മത്തൻവിത്തുകൾ കൊത്തി എടുത്ത് സിറ്റൗട്ടിന്റെ കൈവരിയിൽ നിന്നിറങ്ങി രാമുവിന്റെ അടുത്തേക്കു വന്ന് അവന്റെ ചുണ്ടിനുള്ളിലേക്ക് അതു വെച്ചുകൊടുത്തു. അവൻ കൊക്കു തുറന്ന് അവൾ നൽകിയ മത്തൻവിത്തുകൾ വാങ്ങി.

ആ സുന്ദരനിമിഷത്തെ അപ്പോൾത്തന്നെ അമ്മ മൊബൈൽ ക്യാമറയിൽ പകർത്തി. രാത്രി അച്ഛൻ വന്നപ്പോൾ അമ്മ ആ ചിത്രം കാണിച്ചുകൊടുത്തു

"എത്ര നല്ല നിമിഷം!" അച്ഛൻ ആ ചിത്രത്തിലേക്ക് കണ്ണെടുക്കാതെ ഏറെ നേരം നോക്കിയിരുന്നു.

പതിന്നാല്

നാലഞ്ചാറ് ദിവസം കഴിഞ്ഞപ്പോൾ മുറ്റത്തെ നെല്ലിമരത്തിൽ ഛിൽഛിലനെ കൂടാതെ ഏതാനും ചില ആൾക്കാർ കൂടി വന്നെത്തി.

അവർ ആരൊക്കെ ആയിരുന്നെന്നോ?

ഒന്നാമത്തെയാൾ നമ്മുടെ ഛിൽഛിലിന്റെ സുഹൃത്തായിട്ടുള്ള ഒരു ഉപ്പൻ. പിന്നെ രണ്ട് വെളുത്ത പ്രാവുകൾ, ഒരു മൈന, ഒരു അങ്ങാടിക്കുരുവി, ഒന്ന് രണ്ട് അടയ്ക്കാക്കുരുവികൾ. നേരം പുലരുമ്പോൾത്തന്നെ എല്ലാവരും എത്തും. ആദ്യമെത്തുന്നത് ഛിൽ

ഷിലാണ്. അവൻ എത്തിയ ഉടൻ തന്നെ നെല്ലിമരത്തിന്റെ ചില്ല യിലെല്ലാം പാഞ്ഞുനടന്ന് അവൻ വന്ന വിവരം ജാനകിയെ അറിയി ക്കുന്നതിനായി ഒച്ചയുണ്ടാക്കാൻ തുടങ്ങും. അവന്റെ ഒച്ച കേൾക്കു മ്പോൾ അടുക്കളയിൽ സാമ്പാറിനുള്ള പച്ചക്കറി മുറിക്കുന്ന തിരക്കി നിടയിൽ നിന്ന് ജാനകി, "ഞാനിവിടെ ജോലിയിലാ... ഇതൊന്ന് തീർന്നോട്ടെ" എന്ന് അവനോടു വിളിച്ചുപറയും. ഷിൽഷിൽ വന്ന് അധികം കഴിയും മുൻപ് അവന്റെ സുഹൃത്ത് ഉപ്പൻ എത്തും. കുരുവി കളും മൈനയും ഒക്കെ എത്തിയതിനുശേഷം ഒടുവിലായാണ് പ്രാവുകൾ എത്തുന്നത്. തൊട്ടടുത്തുള്ള വീടിന്റെ രണ്ടാമത്തെ നില യിൽ ഉപയോഗശൂന്യമായി കിടക്കുന്ന ഒരു മുറിയുടെ എയർഹോളി ലാണ് പ്രാവുകൾ താമസിക്കുന്നത്. അവിടെ ഇരുന്നാൽ അവർക്ക് ഞങ്ങടെ മുറ്റവും നെല്ലിമരവും കാണാം.

"ഇങ്ങനെ പോയാൽ നിന്റെ കൂട്ടുകാരെക്കൊണ്ട് ഈ നെല്ലി മരം നിറയുമല്ലോടീ" മുറ്റത്തെ ആൾത്തിരക്ക് കണ്ട് ഒരു ദിവസം അമ്മ ജാനകിയോട് പറഞ്ഞു.

അമ്മയുടെ തലവെട്ടം കണ്ടാൽ നെല്ലിമരത്തിൽ പിന്നെ അച്ച ടക്കമാണ്. എല്ലാവരും ഡീസന്റായി ഇരിക്കും. സംസാരവും ചാട്ടവും ഓട്ടവും ഒക്കെ അത്യാവശ്യത്തിന് മാത്രം. അച്ചടക്കം കാണിച്ചാൽ അമ്മ എല്ലാവർക്കും കൊറിക്കാനും തിന്നാനുമൊക്കെ എന്തെങ്കിലും കൊടുക്കുമെന്ന് അവർക്കറിയാം.

ജാനകിക്ക് നെല്ലിമരത്തിലേക്ക് പോയിരുന്ന് കൂട്ടുകാരോടൊപ്പം കളിക്കണമെന്നുണ്ട്. പക്ഷേ അമ്മ പറഞ്ഞേക്കുന്നത്, എന്നാണോ അമ്മ പറയുന്നത് അന്ന് മാത്രമേ അങ്ങോട്ടേക്കു പോകാവൂ എന്നാണ്. അതുകൊണ്ട് നെല്ലിമരത്തിലെ കൂട്ടുകാരോടുള്ള അവളുടെ വർത്തമാനം സിറ്റൗട്ടിന്റെ കൈവരിയിൽ കയറി നിന്നുകൊണ്ടാണ്. രാമു സിറ്റൗട്ടിലെ നിലത്ത് വന്നുനിന്ന് ഇതെല്ലാം നോക്കും.

"ഇത്രേം കിളികളും അണ്ണാനും ഒക്കെ ബഹളം വെച്ചിട്ടും വർത്ത മാനം പറഞ്ഞിട്ടും നീ എന്താടാ മോനേ ഒന്നും മിണ്ടാത്തത്." രാമു വിന്റെ മൗനം കണ്ട് അമ്മ ചോദിച്ചു.

"അവൻ വെറും പാവമാണമ്മേ... അതുകൊണ്ടാണ്." ജാനകി അമ്മയോട് പറഞ്ഞു.

അവധി ദിവസങ്ങളിലും അമ്മ വീട്ടിലുള്ളപ്പോഴും മാത്രമേ യുള്ളൂ ജാനകിക്കും രാമുവിനും സിറ്റൗട്ടിൽ ഇരുന്ന് കളിക്കാനുള്ള അനുവാദം. അമ്മയില്ലാത്തപ്പോൾ ഇറയത്തെ ജനാലയുടെ അഴി യിൽ കയറിയിരുന്നാണ് ജാനുവിന്റെ വർത്തമാനം. ജാനകിക്കും രാമുവിനും ഭക്ഷണം എടുത്തു വെയ്ക്കുന്നപോലെതന്നെ ഓഫീ സിൽ പോകാൻ നേരം അമ്മ നെല്ലിമരത്തിലെ കൂട്ടുകാർക്കും

തിന്നാൻ ഭക്ഷണവും കുടിക്കാൻ വലിയ താമ്പാളം നിറയെ വെള്ളവും എടുത്ത് വെച്ചുകൊടുത്തിട്ടാണ് പോകുന്നത്. വൈകുന്നേരം അമ്മ തിരിച്ചുവരുമ്പോൾ എല്ലാവർക്കുമായി കടലയോ കപ്പലണ്ടിയോ വാങ്ങിക്കൊണ്ടുവരും. അമ്മയുടെ കൈയിലെ പൊതികാണുമ്പോൾത്തന്നെ നെല്ലിമരത്തിൽ സന്തോഷത്തോടെയുള്ള ഒച്ചയും ബഹളവും ഉയരും.

കാര്യങ്ങളൊക്കെ ഇങ്ങനെ അടിപൊളിയായി പൊയ്ക്കൊണ്ടിരിക്കുമ്പോഴാണ് ഒരു ദിവസം രാവിലെ അപ്രതീക്ഷിതമായി രണ്ടുപേർ ഞങ്ങടെ വീടിന്റെ മുറ്റത്ത് പ്രത്യക്ഷപ്പെട്ടത്.

തെങ്ങ് കയറ്റക്കാരൻ ഭാസ്കരൻമാമനും മാമന്റെ ചെറുമകൻ വിനുവുമായിരുന്നു അത്. വിനുവിന് ഒരു പത്തുവയസ്സുണ്ടാകും. കുടുകുടെ കണ്ണീരൊലിപ്പിച്ച് കരഞ്ഞുകൊണ്ടാണ് ഭാസ്കരൻമാമന്റെ കൈപിടിച്ച് വിനു മുറ്റത്തേക്ക് കയറി വന്നത്. 'ആളില്ലേ?' എന്ന് മാമൻ വിളിച്ചുചോദിച്ചതു കേട്ട് പുറകിൽ മുറ്റമടിച്ചുകൊണ്ടു നിൽക്കുകയായിരുന്ന അമ്മ ചൂല് ഭിത്തിയിൽ ചാരിവച്ച് വീടിന്റെ മുൻവശത്തേക്കു വന്നു.

"ങ്ഹാ... എന്താ ഭാസ്കരൻപണിക്കാ കാലത്തേ?" അപ്രതീക്ഷിതമായി ഭാസ്കരൻമാമനെ കണ്ടതിന്റെ ആകാംക്ഷയോടെ അമ്മ ചോദിച്ചു.

"പ്രത്യേകിച്ച് ഒന്നുമില്ല." ഭാസ്കരൻമാമൻ അങ്ങനെ പറഞ്ഞെങ്കിലും എന്തോ പുള്ളിക്ക് പറയാൻ ഉണ്ടെന്നുള്ളത് വ്യക്തമായിരുന്നു.

"ഇവനെന്താ നിന്ന് കരയുന്നത്; ഇവനൊന്നും കഴിച്ചില്ലേ?" വിനുവിന്റെ കരച്ചിൽ കണ്ട് അമ്മ ചോദിച്ചു. വിനുവിനെ ഞങ്ങൾക്കെല്ലാവർക്കും അറിയാം. ചെറുതിലേ തന്നെ അവന്റെ അച്ഛൻ മരിച്ചുപോയതാണ്. ചിലപ്പോഴൊക്കെ മാമൻ തെങ്ങ് കയറാൻ വരുമ്പോൾ അവനും കൂടെ വരാറുണ്ട്. മഹാകൃസൃതിക്കാരനാണ് വിനു. എങ്കിലും അമ്മയെ അവനു വലിയ പേടിയാണ്. അതിനൊരു കാരണവുമുണ്ട്. എന്നെല്ലാം അവൻ മാമന്റെ കൂടെ ഞങ്ങടെ വീട്ടിൽ വരുന്നോ അന്നെല്ലാം അവനെ അമ്മ പിടിച്ചു കൊണ്ട് പോയി കൈയിലെയും കാലിലെയും നഖമൊക്കെ വെട്ടി പൈപ്പിന് ചുവട്ടിൽ നിർത്തി സോപ്പൊക്കെ തേച്ച് കുളിപ്പിച്ച് വൃത്തിയാക്കിയേ തിരികെ അയയ്ക്കുമായിരുന്നുള്ളൂ. കുളിപ്പിക്കാൻ നേരം വിനുവിന് ഒരു നിലവിളിയുണ്ട്.

"എത്ര കൊല്ലം വേണേലും കുളിക്കാതെ ജീവിച്ചോളും. ദേഹത്ത് തണുത്ത വെള്ളം വീഴുന്നത് തീ വീഴും പോലെയാണ് ഇവന്."

വിനുവിന്റെ നിലവിളി കേൾക്കുമ്പോൾ ചെറിയ ചിരിയോടെ ഭാസ്കരൻമാമൻ പറയും: "ആരു പറഞ്ഞാലും കേൾക്കാത്തോനാ. ഇവിടെ വരുമ്പോഴാ ഇങ്ങനെ അടങ്ങി ഒതുങ്ങി നിന്നുതരുന്നത്." കുളിച്ച് സുന്ദരക്കുട്ടപ്പനായി നിൽക്കുന്ന വിനുവിനെ കാണുമ്പോൾ മാമന് സന്തോഷമാകും.

"നിന്റെ അമ്മ പറഞ്ഞാ നീ കേൾക്കൂല്ലേ?" വിനുവിന് നേരെ കള്ളഗൗരവത്തിൽ അമ്മ കണ്ണുരുട്ടും.

"കേക്കാം." വിനു ദയനീയമായി ഉത്തരം പറയും

"ഇനി എന്നും കുളിക്കുവോ?"

"കുളിക്കാം."

"വൃത്തിയായി നടക്കുവോ?"

"നടക്കാം."

ചോദ്യോത്തരം കഴിഞ്ഞ് നല്ല നാല് ഉപദേശവും കൊടുത്ത് വയറുവീർക്കെ ഭക്ഷണവും കഴിച്ചിട്ടാണ് അമ്മ അവനെ മടക്കി അയയ്ക്കുന്നത്.

"തേങ്ങയിടാനൊന്നും ആയിട്ടില്ലല്ലോ പണിക്കാ" അമ്മ മുറ്റത്തു നിന്ന തെങ്ങിന്റെ ഉച്ചിയിലേക്ക് പരതിനോക്കിക്കൊണ്ട് ഭാസ്കരൻ മാമനോട് പറഞ്ഞു.

"അയ്യോ, തേങ്ങയിടാറായിട്ടില്ല എന്നെനിക്കറിയാം. അതിനല്ല ഞാനിപ്പൊ വന്നത്." ഭാസ്കരൻ മാമന്റെ മറുപടി വീണ്ടും പൂർണ്ണ മാകാതെ നിന്നു.

"മറ്റെന്തോ കാര്യമായ പ്രശ്നം ഉണ്ടല്ലോ?"

"ഉണ്ട്." മാമൻ ഒന്ന് നിർത്തി. എന്നിട്ട് ലുങ്കിയുടെ തുമ്പ് പിടിച്ച് കരഞ്ഞുകലങ്ങിയ വിനുവിന്റെ മുഖം തുടച്ചു. "ഈ ചെറുക്കന് കുറേ ദിവസമായി ഉറക്കോം ഇല്ല. ഊണും ഇല്ല. ഇവന് ഇവന്റെ തത്തയെ കിട്ടിയെ പറ്റൂവെന്ന്."

"ഏത് തത്ത?" ഭാസ്കരൻമാമൻ പറഞ്ഞത് പെട്ടെന്ന് പിടികിട്ടാ ത്തതുപോലെ അമ്മ ചോദിച്ചു.

"ഞാനിവിടെ കൊണ്ട് തന്നില്ലേ, ഇവിടുത്തെ പെൺതത്തയ്ക്ക് കൂട്ടായിട്ട്, ആ തത്തയെ അതിനെ എനിക്ക് കിട്ടിയിടം മുതൽ ഇവൻ അതിന്റെ കൂടെയായിരുന്നു ഊണും ഉറക്കോം. ഇപ്പോ അതിനെ കിട്ടിയേ അടങ്ങൂ എന്ന വാശിയിലാണ് ഇവൻ. അതിനേക്കാൾ കൊള്ളാവുന്ന നൂറ് തത്തകളെ പിടിച്ച് കൊടുക്കാം എന്ന് പറ ഞ്ഞിട്ടും ചെറുക്കൻ കേൾക്കുന്നില്ല. ഞാനെന്ത് ചെയ്യാനാണ്?"

ഭാസ്കരൻമാമന്റെ ആവശ്യം കേട്ട് അമ്മ തലയ്ക്ക് കൈയും കൊടുത്ത് സിറ്റൗട്ടിന്റെ പടിയിൽ ഇരുന്നു.

"ഇപ്പൊ ഇങ്ങനെവന്ന് അതിനെ തിരിച്ച് ചോദിക്കുന്നത് ശരിയല്ലായെന്നറിയാം. വേറെ വഴിയില്ലാത്തോണ്ടാണ്. തത്തയെ കൊണ്ടുത്തരാൻ നേരം എനിക്ക് തന്ന പൈസ ഞാൻ തിരിച്ചു തന്നേക്കാം." ഭാസ്കരൻ മാമൻ പോക്കറ്റിൽ നിന്നും ഏതാനും നോട്ടുകളെടുത്ത് കൈയ്യിൽ ചുരുട്ടിപ്പിടിച്ചു.

വിനുവിനെയും ഭാസ്കരൻ പണിക്കനേയും അമ്മ മാറിമാറി നോക്കി. അമ്മയ്ക്ക് ഭാസ്കരൻ പണിക്കന്റെ ധർമ്മസങ്കടം മനസ്സിലാക്കിയിട്ടുണ്ട്. പക്ഷേ പൂച്ചക്കുഞ്ഞുങ്ങൾ പോയ അത്യാഹിതത്തിൽ നിന്നും ജാനകി ഒന്നു കരയ്ക്കുകയറിയത് രാമു വന്നപ്പോഴാണ്. നെല്ലിമരത്തിൽ ഇപ്പോൾ കുറെ കൂട്ടുകാരൊക്കെ വന്നിട്ടുണ്ടെങ്കിലും രാമു പോയാൽ ജാനകിയുടെ അവസ്ഥ എന്തായിത്തീരും എന്ന് പറയാൻ പറ്റില്ല.

ഞാൻ ഓടിച്ചെന്ന് അടുക്കളയിൽ നോക്കി. മുറ്റത്ത് നടന്നുകൊണ്ടിരിക്കുന്ന കാര്യങ്ങളൊന്നും അറിയാതെ ജാനകി രാമുവിനെ സാമ്പാറിനുള്ള മത്തൻ മുറിക്കാൻ പഠിപ്പിക്കുകയാണ്.

"എന്റെ പൊന്നു രാമൂ, എത്രയോ പ്രാവശ്യമായി ഞാൻ പറയുന്നു, എല്ലാ കഷണവും ഒരേ വലിപ്പത്തിലാണ് മുറിക്കേണ്ടതെന്ന്. നീ എന്നാണ് ഇതൊക്കെ നേരെ ചൊവ്വേ ചെയ്യാനായി ഒന്ന് പഠിക്കുന്നത്?" ജാനകിയുടെ ഉപദേശം കേട്ട് രാമു മത്തന്റെ അല്പം വലിയ ഒരു കഷണം കൈകൊണ്ട് പിടിച്ച് കഷ്ടപ്പെട്ട് കൊത്തി അടർത്താൻ തുടങ്ങി.

രാമു ഒരു പാവമാണ്.

"ഇത്രേം പാവം ഒരു മനുഷ്യൻ ലോകത്ത് കാണില്ല." ജാനകിയുടെ പിന്നാലെ നടക്കുന്ന അവനെ കാണുമ്പോൾ അച്ഛൻ പറയും. ജാനകിക്ക് ഇപ്പോൾ അവൾ എങ്ങോട്ട് പോയാലും പിന്നാലെ രാമുവും വേണം. അവൾ ഓരോന്ന് പറഞ്ഞ് മുന്നേ നടക്കും. പിന്നാലെ അതുകേട്ട് 'ശരി' എന്ന് മൂളിക്കൊണ്ട് അവനും നടക്കും. രണ്ട് പേർക്കും ഒന്നിച്ചാണ് അമ്മ ഭക്ഷണം നൽകുന്നത്. അവനുള്ള ഭക്ഷണം മാറ്റിവെച്ചിട്ടേ എപ്പോഴും അവൾ കഴിക്കൂ. അവൻ കഴിക്കാതിരുന്ന് ഉറങ്ങിയാൽ അവനെ വിളിച്ചുണർത്തി വഴക്ക് പറഞ്ഞ് കഴിപ്പിച്ചിട്ടേ അവൾക്ക് പിന്നെ എന്തു കാര്യമുണ്ടായിരുന്നുള്ളൂ. ഉറങ്ങാനായി അമ്മയുടെ കിടക്കയിലേക്കു വരും മുൻപ് ജാനകി രാമുവിന്റെ കൂട്ടിനടുത്ത് ചെന്നു നിന്ന് കുറേനേരം വർത്തമാനം പറയും.

"സ്നേഹവും കരുതലും കൂടിച്ചേർന്ന ഒരു രാത്രി പ്രഭാഷണമാണ് ജാനകി ഇപ്പോൾ നടത്തിക്കൊണ്ടിരിക്കുന്നത്." ജാനകിയുടെ ആ വർത്തമാനം കാണുമ്പോൾ അവളെ അച്ഛൻ കളിയാക്കും. അവളുമായി ഇത്രയും ഒക്കെ അടുത്ത് കഴിഞ്ഞശേഷം ഇനി രാമുവിനെ വിനുവിന് തിരികെ കൊടുക്കുന്നത് ആലോചിക്കാനേ പറ്റുന്ന കാര്യമല്ലായിരുന്നു.

എന്നാൽ അമ്മയെടുത്ത തീരുമാനം എന്നെ അമ്പരപ്പിച്ചു.

"നീ കരയണ്ട." സിറ്റൗട്ടിന്റെ പടിയിൽ ഇരുന്നുകൊണ്ട് വിനുവിനെ അമ്മ അടുത്തേക്ക് വിളിച്ചു. വിനു അമ്മയുടെ അടുത്തേക്ക് വന്നു. "നാളെ ജാനകി ഉണരും മുൻപ് വന്നോളൂ. അവൾ ഉണർന്നാൽ പിന്നെ രാമുവിനെ കൊണ്ടുപോകാൻ പറ്റില്ല." അമ്മ വിനുവിന്റെ തലയിൽ സ്നേഹത്തോടെ തലോടി. അതു പറയുമ്പോൾ അമ്മയുടെ ശബ്ദം ഇടറുന്നുണ്ടായിരുന്നു. വിനുവും ഭാസ്കരൻ പണിക്കനും ഗേറ്റ് കടന്ന് പോകുന്നത് അമ്മ അല്പനേരം നോക്കി ഇരുന്നു. എന്നിട്ട് പതിയെ എഴുന്നേറ്റ് അടുക്കളയിലേക്ക് ചെന്നു.

"അമ്മേ, ദാ നോക്ക് ഇവൻ നന്നായി മത്തൻ മുറിക്കാൻ പഠിച്ചു വല്ലോ." രാമു കൊത്തി മുറിച്ചിട്ട ഒരു തുണ്ടം മത്തൻ എടുത്ത് ജാനകി ഉത്സാഹത്തോടെ അമ്മയെ കാണിച്ചു. അന്നേരം അമ്മയുടെ കണ്ണിൽ ചില്ലുപാളിപോലെ കണ്ണുനീർ വന്ന് നിറഞ്ഞു. ആ കണ്ണുനീരിൽ ജാനുവും രാമുവും സന്തോഷത്തോടെ കളിക്കുന്നത് പ്രതിബിംബിച്ചു.

പതിനഞ്ച്

"രാമൂ..."എന്ന ജാനകിയുടെ ദയനീയമായ നിലവിളിയോടെയാണ് പിറ്റേ ദിവസത്തെ പ്രഭാതത്തിൽ ഞങ്ങളുടെ വീടുണർന്നത്. പതിവായി അതിരാവിലെ എഴുന്നേൽക്കാറുള്ള അമ്മ അന്ന് ഉണർന്നിട്ടും എഴുന്നേൽക്കാതെ കട്ടിലിൽത്തന്നെ കിടന്നു. അമ്മയോടൊപ്പം ഉണർന്ന ജാനകി കട്ടിലിൽ നിന്ന് ഇറങ്ങി എന്നത്തേയുംപോലെ നേരെ ചെന്നത് രാമുവിന്റെ കൂടിനടുത്തേക്കായിരുന്നു. കൂടിനുള്ളിൽ അവനെ കാണാഞ്ഞിട്ട് ഇനി രാമു തനിയെ കൂടു തുറന്ന് പുറത്തേക്കിറങ്ങിക്കാണുമോ എന്ന സംശയത്തിൽ അവൾ ഹാളിലും ഡൈനിംഗ് ടേബിളിന്റെ അടിയിലും ഇറയത്തും മറ്റു മുറികളിലും എല്ലാം ചെന്ന് അന്വേഷിച്ചു. അവനെ എവിടെയും കാണാനില്ല എന്നുറപ്പായതോടെ അവൾ "രാമൂ..." എന്ന് നിലവിളിക്കാൻ തുടങ്ങി.

ആ വിളി കേട്ട് അമ്മ കണ്ണടച്ച് കട്ടിലിൽത്തന്നെ കിടന്നു. ജാനകിയുടെ നിലവിളി കേട്ട് ഉണർന്നെഴുന്നേറ്റ് ഞാനും കിങ്ങിണിയും അമ്മയുടെ അടുത്തേക്ക് ചെന്നു. അവിടെ, ജാനകിയുടെ ഓരോ നിലവിളിക്കും അനുസരിച്ച് ഹൃദയം പൊടിഞ്ഞുപോകുന്ന അവസ്ഥയിൽ കിടക്കുകയായിരുന്നു അമ്മ. ആ സമയം അമ്മയുടെ കണ്ണിൽ നിന്ന് കണ്ണുനീർ ഒഴുകുന്നുണ്ടായിരുന്നു. എന്തു ചെയ്യണമെന്നറിയാൻ കഴിയാത്ത ധർമ്മസങ്കടം അച്ഛന്റെ മുഖത്തുണ്ടായിരുന്നുവെങ്കിലും അച്ഛൻ അമ്മയെ ആവതും ആശ്വസിപ്പിക്കാൻ ശ്രമിച്ചു.

“എന്തിനാണമ്മേ രാമുവിനെ വിനുവിന് കൊടുത്ത്?” ഞാൻ അമ്മയോട് ചോദിച്ചു.

“അച്ഛനില്ലാത്ത കുട്ടിയാണ് വിനു. അതിന്റെ സങ്കടവും ദുരിതവും ഇപ്പോൾത്തന്നെ അവൻ ഒരുപാട് അനുഭവിക്കുന്നുണ്ട്. ആകെപ്പാടെ അവനുള്ള സന്തോഷമാണ് രാമു. അതിനെ തട്ടിയെടുക്കാൻ നമുക്കവകാശമില്ല.” അമ്മയ്ക്ക് പകരം അച്ഛനാണ് ആ ചോദ്യത്തിന് മറുപടി പറഞ്ഞത്.

ഹാളിലും ബെഡ്റൂമിലുമൊക്ക ചുറ്റി നടന്ന് “രാമൂ... രാമൂ...” എന്ന് നിലവിളിച്ചിട്ടും അവനെ കാണാതായതോടെ ആർത്തലച്ച് കരഞ്ഞുകൊണ്ട് ജാനകി അമ്മയുടെ അടുത്തേക്ക് ഓടിവന്നു.

“അമ്മേ... രാമു എവിടെ അമ്മേ.... രാമു എവിടെ?” കട്ടിലിലേക്ക് അള്ളിപ്പിടിച്ചു കയറി അവൾ അമ്മയുടെ നെഞ്ചത്ത് വന്നിരുന്ന് ചോദിക്കാൻ തുടങ്ങി.

ആ ചോദ്യത്തിന് ഉത്തരം പറയാനുള്ള ശക്തി അമ്മയ്ക്ക് ഇല്ലായിരുന്നു.

“അവർ രണ്ടുപേരും കുറച്ചുനേരം തനിച്ചിരിക്കട്ടെ.” അച്ഛൻ എന്നെയും കിങ്ങിണിയേയും കൂട്ടി റൂമിനു പുറത്തേക്കിറങ്ങി വാതിൽ ചാരി.

മുറിക്കുള്ളിൽ അമ്മയും ജാനകിയും മാത്രമായി.

ജാനകിയുടെ സങ്കടം ഒരു പെരുമഴ പോലെ തുള്ളിക്കൊരു കുടം വെച്ച് പെയ്യാൻ തുടങ്ങി.

“രാമുവിനെ വന്ന് നോക്കമ്മേ... അവനെ ആരെങ്കിലും പിടിച്ചു കൊണ്ടുപോയതായിരിക്കുമോ...? വാ അമ്മേ, നമുക്ക് മുറ്റത്തൊക്കെ തിരയാം.” കരച്ചിലിനിടയിൽ അവൾ ഇങ്ങനെ ഓരോന്നു പറയുക കൂടി ചെയ്തുകൊണ്ടിരുന്നു. എല്ലാം സഹിക്കാൻ കഴിയുന്ന ഭൂമിയെപ്പോലെ ജാനകിയെ നെഞ്ചോട് ചേർത്തുവെച്ച് അമ്മ നിശ്ശബ്ദയായി കിടന്നു. പോകെ പോകെ മുറിയിൽ നിന്ന് ജാനകിയുടെ കരച്ചിൽ നേർത്തു നേർത്തു വന്നു. പതിയെ പതിയെ അതൊരു

മൂളൽ മാത്രമായി തീർന്നു. പിന്നെ എല്ലാ സങ്കടങ്ങളുടെയും അവസാനമെന്നതുപോലെ ജാനകിയുടെ സങ്കടവും മരവിപ്പുള്ള ഒരു മൗനത്തെപ്പുണർന്ന് മിഴിയും പൂട്ടി ഇരുപ്പായി.

സ്കൂളിൽ നിന്നു തിരികെ വരുമ്പോൾ ഞങ്ങളുടെ ആധി വീട്ടിൽ അമ്മയുടെയും ജാനകിയുടെയും അവസ്ഥ എന്തായിത്തീർന്നിട്ടുണ്ടാകും എന്നതായിരുന്നു.

അമ്മ ഓഫീസിൽ പോയില്ല.

അച്ഛൻ ഉച്ചകഴിഞ്ഞ് കട പൂട്ടി മടങ്ങി വന്നു.

ഞങ്ങൾ വീട്ടിലെത്തുമ്പോൾ ജാനകി മൗനമായി രാമുവിന്റെ കൂടിനു മുകളിൽ ഇരിക്കുകയാണ്. അവൾക്ക് മനസ്സിലായിക്കഴിഞ്ഞു, രാമുവിനെ നഷ്ടപ്പെട്ടു കഴിഞ്ഞു എന്ന്. തൊട്ടപ്പുറത്തായി താടിക്കു കൈയും കൊടുത്ത് ഒരു പ്രതിമപോലെ ജാനകിയെയും നോക്കി ഇരിപ്പുണ്ട് അമ്മ.

മുറ്റത്തെ നെല്ലിമരത്തിൽ ഛിൽഛിലും ഉപ്പനും പ്രാവുകളും അങ്ങാടിക്കുരുവികളും ഒക്കെ വന്നിരിപ്പുണ്ട്. അവരും മൗനത്തിലാണ്. രാമുപോയ വിവരവും ജാനകി സങ്കടപ്പെട്ടിരിക്കുന്ന വിവരവും അവരും അറിഞ്ഞ മട്ടുണ്ട്. അച്ഛൻ അവർക്കായി കുടിക്കാൻ വെള്ളവും കൊറിക്കാൻ കടലയും വെച്ച് കൊടുത്തെങ്കിലും ആരും ഒന്നും തൊട്ടിട്ടില്ല.

ജാനകിയുടെയും കൂട്ടുകാരുടെയും വർത്തമാനമില്ലാതെ, രാമുവിന്റെ നിഷ്കളങ്കമായ നോട്ടങ്ങളില്ലാതെ, അമ്മയുടെ ഉത്സാഹമില്ലാതെ അന്നത്തെ സന്ധ്യയിൽ ഞങ്ങളുടെ വീട് സങ്കടംവന്ന് ചുവന്ന ആകാശത്തിനു കീഴേ അടക്കിപ്പിടിച്ച വേദനകളുടെ വിങ്ങുന്ന ഒരു കിളിക്കൂട് പോലെ അവശേഷിച്ചു.

ഏതാനും ദിവസം കഴിഞ്ഞ് മുത്തശ്ശി വന്നു.

വീട്ടിലെ മൗനത്തിനും നിരാശയ്ക്കും ദിവസങ്ങൾ കഴിഞ്ഞിട്ടും മാറ്റമില്ലാതായപ്പോഴാണ് അച്ഛൻ പോയി മുത്തശ്ശിയെ കൂട്ടിക്കൊണ്ടുവന്നത്. അച്ഛനറിയാം മുത്തശ്ശി വീട്ടിലുണ്ടാകുമ്പോൾ അമ്മയ്ക്കുണ്ടാകുന്ന ബലം എത്രയായിരിക്കും എന്ന്. വളരെ പെട്ടെന്ന് ജാനകിയെയും പഴയ അവസ്ഥയിലേക്ക് തിരിച്ചു കൊണ്ടുവരേണ്ടിയിരിക്കുന്നു. ഞങ്ങളുടെ പുതിയ വീടിന്റെ പണികൾ ഏകദേശം പൂർത്തിയായിക്കഴിഞ്ഞു. രണ്ടാഴ്ചയ്ക്കകം ജോലികൾ പൂർണ്ണമായും തീർത്ത് താക്കോൽ നൽകാം എന്ന് കോൺട്രാക്ടർ അങ്കിൾ അച്ഛനോടു പറഞ്ഞു. അമ്മ ഈ അവസ്ഥയിൽ ഇരിക്കുകയാണെങ്കിൽ പുതിയ വീടിന്റെ പാലുകാച്ചലും അതിനു വേണ്ടിയുള്ള തയ്യാറെടുപ്പുകളും എല്ലാം അവതാളത്തിലാകും. ഈ അവസ്ഥയിൽ അമ്മയെ

ഉഷാറാക്കി എടുക്കാൻ മുത്തശ്ശിക്കല്ലാതെ മറ്റാർക്കും കഴിയില്ല എന്ന് അച്ഛനറിയാം.

ജാനകിയുടെ മൗനം മാറിയെങ്കിലേ അമ്മയുടെ അവസ്ഥയും മാറുകയുള്ളൂ എന്ന് മുത്തശ്ശിക്ക് മനസ്സിലായി. ജാനകിയെ ഉഷാറാക്കി എടുക്കാൻ മുത്തശ്ശി ഒരു ഉപായം കണ്ടെത്തി. ഛിൽ ഛിലിനും കൂട്ടുകാർക്കുമൊപ്പം കളിക്കാനായി ജാനകിയെ മുറ്റത്തെ പേരമരത്തിൽ കൊണ്ടാക്കുക!

ആദ്യം അത് കേട്ടപ്പോൾ അമ്മ വിസമ്മതിച്ചു.

"എപ്പോഴും വീടിനകത്ത് അടച്ച് പൂട്ടിയിരുന്നാൽ ആരുടെ മനസ്സായാലും കൂടുതൽ കൂടുതൽ നിരാശപ്പെട്ടുപോവുകയേ ഉള്ളൂ. അവളല്പം കാറ്റും വെളിച്ചവും ഒക്കെ കൊള്ളട്ടെ. മറ്റുള്ള പക്ഷികൾക്കും അണ്ണാനുമൊക്കെ അവളുടെ ദുഃഖത്തിൽ പങ്കുചേരാനും ആശ്വസിപ്പിക്കാനുമൊക്കെ കഴിയുമല്ലോ." മുത്തശ്ശി പറഞ്ഞപ്പോൾ പകുതി മനസ്സോടെയാണെങ്കിലും അമ്മ സമ്മതിച്ചു.

ജാനകി നെല്ലിമരത്തിലേക്കു ചെന്നതും നെല്ലിമരത്തിലെ കൂട്ടുകാർ അവൾക്കു ചുറ്റും കൂടി. ഇത്രയും ദിവസം കാണാതിരുന്നതിനെപ്പറ്റിയും രാമുപോയതിനെപ്പറ്റിയും ഒക്കെ ആയിരിക്കണം അവർ തുരുതുരെ ജാനകിയോടു ചോദിക്കാൻ തുടങ്ങി. ആദ്യമൊക്കെ മിണ്ടാതിരുന്നെങ്കിലും പതുക്കെ പതുക്കെ ജാനകി അവരുടെ ചോദ്യങ്ങൾക്ക് മറുപടി പറഞ്ഞു തുടങ്ങി.

"കണ്ടോ ഗീതേ.... ജാനകി വർത്തമാനം പറയുന്നത്. നാളെ മുതൽ അവൾ പഴയ ജാനകിയാകും." സിറ്റൗട്ടിലിരുന്ന് നെല്ലിമരത്തിൽ എന്തൊക്കെയാണ് നടക്കുന്നതെന്നു നോക്കിക്കൊണ്ടിരുന്ന അമ്മയുടെ അടുത്തേക്കു വന്ന് മുത്തശ്ശി പറഞ്ഞു. "എല്ലാ സങ്കടങ്ങളും ഇങ്ങനെയാണ്. ആദ്യം അതു നമ്മെ കുറേ കരയിക്കും. പക്ഷേ കുറെനാൾ കഴിയുമ്പോൾ അത് ഒരു ഓർമ്മ മാത്രമായി നമ്മുടെ മനസ്സിന്റെ കോണിലേക്ക് ചുരുങ്ങും. രാമുവിനെപ്പറ്റിയുള്ള ജാനകിയുടെ ഇപ്പോഴത്തെ സങ്കടവും ഏതാനും ദിവസം കഴിയുമ്പോൾ അവനെപ്പറ്റിയുള്ള ഓർമ്മമാത്രമായി തീരും അവളിൽ. അതാണ് പ്രകൃതി നിയമം. അങ്ങനെയല്ലെങ്കിൽ മനുഷ്യനും ഈ ജീവജാലങ്ങളും ഒക്കെ സങ്കടക്കടലിൽ മുങ്ങിത്താഴുകയേ ഉള്ളൂ."

മുത്തശ്ശിയുടെ കൈയിൽ എന്തു മാന്ത്രികവിദ്യയാണുള്ളതെന്നറിയില്ല. മുത്തശ്ശി വന്ന് രണ്ടു ദിവസം കഴിഞ്ഞപ്പോൾ ഞങ്ങളുടെ വീട് പഴയതുപോലെയായി. നെല്ലിമരത്തിൽ ജാനകി ഉത്സാഹവതിയായി. അമ്മ സന്തോഷത്തോടെ ഓഫീസിൽ പോകാൻ തുടങ്ങി. വീടുപാലുകാച്ചലിന്റെ കാര്യങ്ങളൊക്കെ ചർച്ച ചെയ്തു തുടങ്ങി.

അച്ഛന്റെ ടെൻഷനും പമ്പകടന്നു. എന്നാലും ഇടയ്ക്കിടെ നെല്ലി മരത്തിലെ കളികളൊക്കെ കഴിഞ്ഞ് തിരിച്ചുവരുമ്പോൾ രാമു ഇല്ലാത്ത കൂടിനു മുന്നിൽ പോയി ജാനകി അല്പനേരം നിൽക്കും. എന്നിട്ട് ഉള്ളിൽ നിന്നുയരുന്ന ചിന്തകളെയെല്ലാം ആരും കാണാതെ ഒരു നെടുവീർപ്പിലൊതുക്കി അവൾ മെല്ലെ അവിടെ നിന്നു പോകും.

"വളരെ പെട്ടെന്ന് എല്ലാ വേദനകളെയും മറക്കാൻ ആർക്കും പറ്റില്ല. എന്നാൽ കാലം ഭേദമാക്കാത്ത മുറിവുകൾ വല്ലതുമുണ്ടോ?" നെടുവീർപ്പിട്ട് നടന്നുപോകുന്ന ജാനകിയെ നോക്കി നിൽക്കുന്ന അമ്മയോട് മുത്തശ്ശി മൃദുവായി ചോദിക്കും.

പതിനാറ്

പുതിയ വീടിന്റെ പാലുകാച്ചൽ ചടങ്ങിനെപ്പറ്റി ഏറ്റവും കൂടുതൽ അമ്മയോടു സംസാരിച്ചിട്ടുള്ളത് ജാനകി ആയിരിക്കും. ഏതു നേരവും അമ്മയെ ചുറ്റിപ്പറ്റിനടന്ന് അവൾ ഓരോരോ കാര്യങ്ങൾ ചോദിച്ചുകൊണ്ടിരുന്നു. പുതിയ വീടിന്റെ ജനാലകളുടെ കർട്ടൺ ഏതു നിറത്തിലുള്ളതാണ്; സിറ്റൗട്ടിലെ ടീപ്പോയിൽ ഫ്ളവർവേസ് വെക്കുന്നുണ്ടോ; അവിടെ ഇടാനുള്ള കസേരകൾ എങ്ങനെയുള്ള താണ്; മെത്തയിൽ ഇടുന്ന വിരികൾ പുള്ളിയുള്ളതാണോ എന്നു തുടങ്ങി പുതിയ വീട്ടിലേക്കു വാങ്ങുന്ന ചൂലിന്റെയും മോപ്പിന്റെയും ചവിട്ടുമെത്തകളുടെയും കാര്യം വരെ അമ്മയും ജാനകിയും ചർച്ച ചെയ്തു.

"പുതിയ വീട്ടിൽ ജാനകിക്കായി മുറി വല്ലതും മാറ്റി വെയ്ക്കു ന്നുണ്ടോ ഗീതേ?" മുത്തശ്ശി അമ്മയോടു ചോദിച്ചു.

"അവൾക്കെന്തിനാ പ്രത്യേകം മുറി അമ്മേ? അവളെന്റെ കൂടെ അല്ലേ കിടക്കുന്നത്. അവളെ കെട്ടിക്കാറാകട്ടെ. അപ്പോളവൾക്ക് പ്രത്യേകം മുറി കൊടുത്തു കളയാം." അമ്മ ജാനകിയെ നോക്കി കണ്ണിറുക്കി. കെട്ടിക്കാറാകട്ടെ എന്ന് അമ്മ പറഞ്ഞത് കേട്ടിട്ടാകണം നാണം കൊണ്ട് മുഖം കുനിച്ച് പിടിച്ച് ജാനകി അടുക്കളയിൽ നിന്നു റൂമിനകത്തേക്ക് ഓടിപ്പോയി. ആ ഓട്ടം കണ്ട് മുത്തശ്ശിക്ക് ചിരി അടക്കാനായില്ല.

"ടീ മരംകേറീ, നിനക്കും നാണം വരുമോ?" മുത്തശ്ശി ജാനകി യോട് വിളിച്ചു ചോദിച്ചു.

കുറേ നേരം റൂമിൽ പമ്മി ഇരുന്നശേഷം ജാനകി അവിടെ നിന്നിറങ്ങി വളരെ ധൃതിപ്പെട്ട് പുറത്തേക്കു പോയി.

“ഇവളെങ്ങോട്ടാ ഇത്ര അത്യാവശ്യപ്പെട്ട് പായുന്നത്?” ജാനകിയുടെ പോക്ക് കണ്ട് മുത്തശ്ശി ചോദിച്ചു.

“നെല്ലിമരത്തിലേക്കാവും. വീടുപാലുകാച്ചലിനെപ്പറ്റിയുള്ള അവളുടെ ബാക്കി ചർച്ച ഇനി അവിടെച്ചെന്നാണ്.” അമ്മ പറഞ്ഞു.

പറഞ്ഞുതീർന്നില്ല അതിന് മുൻപ് നെല്ലിമരത്തിൽ നിന്ന് കലപില ശബ്ദം ഉയരാൻ തുടങ്ങി. എല്ലാവരും മത്സരിച്ചാണ് ഓരോ കാര്യങ്ങൾ ജാനകിയോടു ചോദിക്കുന്നത്. ഓരോരുത്തരുടെ ചോദ്യങ്ങൾക്കും അവരവർ ഇരിക്കുന്ന ചില്ലകളിലേക്ക് പറന്നു ചെന്നിരുന്നാണ് ജാനകി മറുപടി പറയുന്നത്. ഒരാളോടു സംസാരിച്ചുകൊണ്ടിരിക്കുമ്പോൾ അടുത്തയാൾ വിളിക്കും. ഉടൻതന്നെ സംസാരിച്ചുകൊണ്ടിരുന്ന ആൾക്കുള്ള മറുപടി വേഗം പറഞ്ഞു തീർത്തിട്ട് വിളിച്ച ആളിന്റെ അടുത്തേക്ക് ജാനകി പറന്നു ചെല്ലും. അപ്പോൾത്തന്നെ അടുത്തയാൾ വിളിക്കും.

“ഇതിനുംവേണ്ടി എന്ത് വിശേഷങ്ങളാണ് ഇവൾക്ക് പറയാനുള്ളത്?” ജാനകിയുടെ നെല്ലിമരത്തിലെ വർത്തമാനം കണ്ട് മുത്തശ്ശി അതിശയപ്പെട്ടു.

ഒരു ദിവസം നെല്ലിമരത്തിലെ കൂട്ടുകാരെയെല്ലാം കൂട്ടി ജാനകി പുതിയ വീട് കാണാൻ പോയി. അമ്മയോട് ചോദിച്ചിട്ടാണ് അവൾ പോയത്. ജാനകി കൂട്ടുകാരോടൊപ്പം അപ്പുറത്തെ മുറ്റത്തേക്ക് പറന്നുപോകുന്നത് അമ്മയും മുത്തശ്ശിയും സിറ്റൗട്ടിലിരുന്ന് കണ്ടു. ഛിൽഛിൽ നെല്ലിമരത്തിൽ നിന്ന് തൊട്ടടുത്ത മാവിലേക്കു ചാടി അതിൽ നിന്ന് സമീപത്തുള്ള വേപ്പുമരത്തിന്റെ തൈയിന്മേൽ കാലൊന്നു കുത്തി അവിടുന്ന് കുതിച്ച് പുതിയ വീടിനുമുന്നിൽ നിന്ന പുളിമരത്തിന്റെ ചില്ലയിലേക്കു ചെന്നിരുന്നു.

“ഇത്ര ദൂരം അവൾ പറന്നുവല്ലോ.” ജാനകി മറ്റു കിളികൾക്കൊപ്പം പറന്നുപോയതു കണ്ട് മുത്തശ്ശി ചോദിച്ചു.

“ഊം ആദ്യമായിട്ടാണ്.” അതും പറഞ്ഞ് അമ്മ മെല്ലെ മുറ്റത്തേക്കിറങ്ങി. “അവിടെ എന്താണ് നടക്കുന്നതെന്ന് ഞാനൊന്ന് നോക്കിയിട്ടുവരാം.” അമ്മ പുതിയ വീടിനടുത്തേക്ക് നടന്നു.

സ്വപ്നംപോലെ അവിശ്വസനീയമായിരുന്നു അവിടെക്കണ്ട കാഴ്ച!

ഞങ്ങളുടെ പുതിയ വീടിന്റെ മുറികളിലെല്ലാം പലതരം പക്ഷികൾ പറക്കുന്നു. ഛിൽ ഛിൽ സ്റ്റെയർകെയ്സിന്റെ കൈവരിയിലൂടെ മുകളിലേക്കും താഴേക്കും ഓടിച്ചാടി നടക്കുന്നു. സ്വിച്ച്ബോർഡിൽ ചെന്ന് കൊത്തി സ്വിച്ചുകൾ ഓണാക്കാൻ ശ്രമിക്കുന്ന ഉപ്പൻ, ഫാനിന്റെ ലീഫിലിരുന്ന് കറങ്ങുന്ന പ്രാവുകൾ. കുരുവികളാകട്ടെ

ഡൈനിംഗ് ടേബിളിന്റെ ചില്ലുഗ്ലാസ്സിനു മുകളിൽ കയറിയിരുന്ന് അവരുടെ പ്രതിബിംബം നോക്കി ആസ്വദിക്കുന്നു. മൊത്തത്തിൽ വീടിനകം നിറയെ പക്ഷികളുടെയും അണ്ണാന്റെയും സന്തോഷം നിറഞ്ഞ ബഹളങ്ങൾ. അവർ ഓരോരുത്തരുടേയും അടുത്ത് ചെന്ന് ഓരോന്നും എന്തൊക്കെയാണെന്ന് വിവരിച്ചുകൊടുക്കുന്ന ജാനകി.

അമ്മയ്ക്ക് അതുകണ്ടിട്ട് സന്തോഷം അടക്കാനായില്ല

"മക്കളേ..." അമ്മ എല്ലാവരേയുമായി വിളിച്ചു. ആ വിളി കേട്ടതും എല്ലാവരും പെട്ടെന്ന് ഓടിവന്ന് അമ്മയുടെ ചുറ്റും ഒത്തുകൂടി. "ഈ വീട് നിങ്ങൾക്കെല്ലാവർക്കും കൂടിയുള്ളതാണ്. അമ്മയോടും ജാനകിയോടുമൊപ്പം നിങ്ങൾ എപ്പോഴും ഇവിടെ ഉണ്ടാകില്ലേ?"

"ഉണ്ടാകും... ഞങ്ങൾ ഉണ്ടാകും..." കിളികളും അണ്ണാനും ഒരേ സ്വരത്തിൽ വിളിച്ചു പറഞ്ഞു.

തിരിച്ച് അമ്മ വീട്ടിലേക്ക് നടന്നുവന്ന രംഗം ഒന്നു കാണേണ്ടതു തന്നെയായിരുന്നു. അമ്മയുടെ അകമ്പടിയായി പ്രാവും ഉപ്പനും കുരുവികളും പറക്കുന്നു. ജാനകി അമ്മയുടെ ചുമലിരുന്ന് കിന്നാരം പറയുന്നു. ഛിൽഛിൽ നിലത്തുകൂടി ഒരു അംഗരംഗക്ഷകനെപ്പോലെ അമ്മയുടെ മുന്നേ നടക്കുന്നു. ഏതോ മനോഹരമായ ചിത്രത്തിൽ നിന്നുമാണ് അമ്മ ഇറങ്ങി നടന്നു വരുന്നതെന്ന് തോന്നും, അതു കണ്ടാൽ.

"എല്ലാ സന്തോഷവും ഇവൾ കൊണ്ടുതന്നതാണ്." രാത്രിയിൽ ജാനകിയെ കൊഞ്ചിക്കുന്നതിനിടെ അമ്മ മുത്തശ്ശിയോടു പറഞ്ഞു. "എത്ര പക്ഷികളും എത്ര മരംചാടി അണ്ണാന്മാരും ഇനി ജാനകി യുടെ കൂട്ടുകാരായി ഇവിടേക്ക് വരാനിരിക്കുന്നു, അല്ലേ ചക്കരേ?" അമ്മ ജാനകിയുടെ ചിറകുകളിൽ സ്നേഹത്തോടെ തലോടി.

മുത്തശ്ശി എന്തോ അല്പം ഗൗരവത്തിലാണ്.

സാധാരണ അമ്മയുടെയും ജാനകിയുടെയും കളിചിരികൾക്കിട യിലും വർത്തമാനത്തിനിടയിലും എന്തെങ്കിലുമൊക്കെ പറഞ്ഞു കൊണ്ടും ചിലപ്പോൾ ജാനകിയുടെ കുസൃതികളിൽ അതിശയപ്പെട്ടു കൊണ്ടും മുത്തശ്ശികൂടി ചേരാറുള്ളതാണ്. ഇപ്പോഴെന്തോ മുത്തശ്ശി അവയൊന്നും ശ്രദ്ധിക്കാതെ അത്താഴവും കഴിച്ച് വന്ന് ഭാഗവതവും കൈയിലെടുത്ത് അതും വായിച്ചിരിക്കുകയാണ്. സാധാരണ അത്താഴം കഴിഞ്ഞുള്ള ഈ സമയത്ത് മുത്തശ്ശി പത്രം വായിക്കാ റാണ് പതിവ്.

"ഇതെന്താണ് ഒരു മാറ്റം?"

എത്ര ആലോചിച്ചിട്ടും എനിക്കും കിങ്ങിണിക്കും അമ്മയ്ക്കും ഒരു പിടിയും കിട്ടിയില്ല.

ജാനകിയെ ഉറക്കിക്കിടത്തിയ ശേഷം അമ്മ തഞ്ചത്തിൽ മുത്തശ്ശിയുടെ അടുത്തുവന്നിരുന്നു. അമ്മ വന്നിരുന്നത് ശ്രദ്ധിച്ചിട്ടാവണം മുത്തശ്ശി ഭാഗവതം വായന നിർത്തി. എങ്കിലും പുസ്തകം അടച്ചുവെയ്ക്കുകയോ അതിൽ നിന്നും കണ്ണെടുക്കുകയോ ചെയ്തില്ല.

"എന്തുപറ്റി അമ്മേ...? എന്താണ് ഒരു ഗൗരവം?" അമ്മ മുത്തശ്ശിയോട് ചോദിച്ചു.

മുത്തശ്ശി പെട്ടെന്ന് മറുപടി പറഞ്ഞില്ല. എങ്കിലും എന്തോ പറയാൻ തയ്യാറെടുക്കുന്നതുപോലെ തോന്നി. എന്താണ് പറയുന്നതെന്നറിയാനുള്ള ആകാംക്ഷയിൽ അമ്മയും ഞാനും കിങ്ങിണിയും മുത്തശ്ശിയുടെ മുഖത്തേക്ക് ഉറ്റുനോക്കിക്കൊണ്ട് സമീപത്തു തന്നെ ഇരുന്നു.

"നിങ്ങൾ മഥുരയിൽ ജീവിച്ചിരുന്ന അനിരുദ്ധൻ എന്ന കച്ചവടക്കാരന്റെ സത്യസന്ധതയുടെ കഥ കേട്ടിട്ടുണ്ടോ?" മുത്തശ്ശി ഭാഗവതം മടക്കിവെച്ചു. ഞങ്ങൾ മറുപടി പറയും മുൻപ് തന്നെ മുത്തശ്ശി പറഞ്ഞു "കേട്ടിട്ടുണ്ടാവില്ല."

മുത്തശ്ശി കഥ പറയാനാരംഭിച്ചു. "പണ്ട് മഥുരയിൽ രണ്ട് സുഹൃത്തുക്കൾ ജീവിച്ചിരുന്നു. അനിരുദ്ധനും ഹരിഹരനും. അനിരുദ്ധൻ കച്ചവടക്കാരനും ഹരിഹരൻ രാജാവിന്റെ സൈനികനുമായിരുന്നു. പ്രസവത്തെത്തുടർന്ന് ഹരിഹരന്റെ ഭാര്യ മരണപ്പെട്ടുപോയിരുന്നു. ഒരുനാൾ ശത്രുരാജ്യവുമായുള്ള യുദ്ധത്തിൽ പങ്കെടുക്കുന്നതിനായി ഹരിഹരന് യുദ്ധമുഖത്തേക്ക് പോകേണ്ടതായി വന്നു. എന്നാൽ അമ്മയില്ലാത്ത കുഞ്ഞിനെ ആരുടെ പക്കൽ ആക്കിയിട്ടു പോകും? ഹരിഹരൻ ധർമ്മസങ്കടത്തിലായി.

"കുഞ്ഞിനെ ഞാൻ നോക്കിക്കൊള്ളാം. ധൈര്യമായി പോയി വരൂ." ചങ്ങാതിയുടെ ചുമലിൽ തട്ടി അനിരുദ്ധൻ പറഞ്ഞു. കുഞ്ഞിനെ അനിരുദ്ധന്റെ കൈയ്യിലേല്പിച്ച് അവന്റെ നെറുകയിൽ ഒരു ചുംബനവും കൊടുത്ത് ഹരിഹരൻ കുതിരയെപ്പായിച്ച് യുദ്ധത്തിനായി പോയി.

അനിരുദ്ധന് രണ്ട് പെൺമക്കൾ ഉണ്ടായിരുന്നു. അവരോടൊപ്പം ഹരിഹരന്റെ മകനും ആ വീട്ടിൽ വളർന്നു. അവർ അവന് വിനയൻ എന്നു പേരിട്ടു. യുദ്ധത്തിന് പോയ ഹരിഹരനെപ്പറ്റി കുറേനാളുകളായി ഒരു വിവരവും ലഭിച്ചില്ല. വിനയൻ വളർന്ന് വലുതായി. അനിരുദ്ധന്റെ മകനാണ് വിനയൻ എന്നാണ് എല്ലാവരും ധരിച്ചു

പോന്നത്. കാരണം അത്രത്തോളം സ്നേഹമായിരുന്നു അവർ തമ്മിൽ. വർഷങ്ങൾ കഴിഞ്ഞു വിനയൻ ഒരു യുവാവായി മാറിക്കഴിഞ്ഞു. ഒരു ദിവസം അനിരുദ്ധനെത്തേടി ഒരാൾ വന്നു. അത് ഹരിഹരനായിരുന്നു. യുദ്ധത്തിൽ ശത്രുക്കളുടെ കൈയ്യിലകപ്പെട്ട അയാളെ അവർ കാരാഗൃഹത്തിൽ പൂട്ടിയിരിക്കുകയായിരുന്നു.

“എന്റെ മകനെവിടെ?” ഹരിഹരൻ ആകാംക്ഷയോടെ അനിരുദ്ധനോടു ചോദിച്ചു.

“വരൂ... അല്പം വിശ്രമിക്കൂ...” അനിരുദ്ധൻ ചങ്ങാതിയെ ഭവനത്തിനുള്ളിലേക്കു ക്ഷണിച്ചു.

“വിനയൻ ഉടൻ തന്നെ എത്തിച്ചേരും. മകനാണ് ഇപ്പോൾ എന്റെ കച്ചവടത്തിന്റെ ചുമതലകൾ നിർവ്വഹിക്കുന്നത്.” അനിരുദ്ധൻ കൂട്ടിച്ചേർത്തു.

“മകനെത്തേടിയാണ് ഹരിഹരൻ വന്നിരിക്കുന്നതെന്ന് മനസ്സിലാക്കിയ അനിരുദ്ധന്റെ ഭാര്യ ഭർത്താവിനോട് സ്വകാര്യമായി ചോദിച്ചു.

“അയാൾ ഏല്പിച്ചുപോയ ചോരക്കുഞ്ഞ് ഇന്ന് യുവാവാണ്. അവനെ വളർത്തി വലുതാക്കിയത് നമ്മളാണ്. അവന്റെ മാതാപിതാക്കൾ നമ്മളാണ്. എങ്ങനെയാണ് നമ്മുടെ മകനെ മറ്റൊരാൾക്ക് നൽകാനാവുക?”

“പത്മജേ...” അനിരുദ്ധൻ മൃദുവായി ഭാര്യയെ വിളിച്ചു. “അയാൾ നമ്മളെ സൂക്ഷിക്കാൻ ഏല്പിച്ചു പോയ സ്വത്താണ് വിനയൻ. അവനെ നമ്മൾ സംരക്ഷിച്ചു വളർത്തി വലുതാക്കി. ഇപ്പോൾ അവന്റെ അവകാശി മടങ്ങിവന്നിരിക്കുന്നു. അവനെ നമ്മൾ തിരികെ കൊടുത്തേ മതിയാകൂ. അല്പനാൾ നാം സംരക്ഷിച്ചത് നമ്മുടെ കടമയാണ്. അതുപോലെ കടമയാണ് ഒരാൾ നമ്മളെ ഏല്പിച്ച കാര്യങ്ങളെ തിരിച്ചു നൽകുക എന്നുള്ളതും.

വിനയൻ കച്ചവടം കഴിഞ്ഞ് മടങ്ങിവന്നപ്പോൾ അനിരുദ്ധൻ അവനോട് അതുവരെ സംഭവിച്ച കാര്യങ്ങൾ എല്ലാം പറഞ്ഞു. വിനയൻ അയാളുടെ പിതാവിന്റെ പാദങ്ങളിൽ നമസ്കരിച്ചു. ഹരിഹരൻ മകനെ അതിരറ്റ ആഹ്ലാദത്തോടെ ആശ്ലേഷിച്ചു. അനിരുദ്ധൻ അവരെ സന്തോഷത്തോടെ യാത്രയാക്കി.

മുത്തശ്ശി കഥ പറഞ്ഞ് അവസാനിപ്പിച്ചു.

കഥപറഞ്ഞു തീർന്നശേഷം മുത്തശ്ശി കണ്ണുകളടച്ച് ദീർഘമായി ഒന്നു നിശ്വസിച്ചു. “ഈ കഥ ഞാനിവിടെ പറഞ്ഞതെന്തിനാണെന്നറിയാമോ?” മുത്തശ്ശി ഞങ്ങളോട് ചോദിച്ചു.

“ഇല്ല.” അമ്മ പറഞ്ഞു

"ഇന്ന് വൈകുന്നേരം ഗീതയോടൊപ്പം ജാനകിയും പക്ഷികളും പുതിയ വീട്ടിൽ നിന്ന് തിരികെ വരുമ്പോൾ ഞാനൊരു കാഴ്ച കണ്ടു. മുറ്റത്തെ മാവിന്റെ ഇലകൾക്കുള്ളിൽ മറഞ്ഞിരുന്ന് ജാനകിയെ നിരീക്ഷിക്കുകയാണ് രണ്ടു ജോടി കണ്ണുകൾ."

"ആരാണത്?" അമ്മ ചോദിച്ചു.

"രണ്ട് തത്തകൾ." മുത്തശ്ശി പറഞ്ഞു

"തത്തകളോ?"

"അതെ."

"ആരാണവർ?"

"ഉറപ്പായും അത് ജാനകിയുടെ മാതാപിതാക്കളാണ്."

മുത്തശ്ശിയുടെ മറുപടി കേട്ടതും അമ്മ സ്തബ്ധയായി.

അനിരുദ്ധന്റെയും വിനയന്റെയും കഥ ഒരു വൈദ്യുത സ്ഫുലിംഗം പോലെ ഞങ്ങളുടെ മനസ്സിലൂടെ മിന്നി.

പതിനേഴ്

"**വെ**ൽക്കം... വെൽക്കം..."

അടുക്കളയുടെ സ്ലാബിനു മുകളിൽ കയറി നിന്ന് ഇരുചിറകുകളും മുന്നിലേക്ക് നീട്ടി തല അല്പം ചരിച്ചുപിടിച്ച് പാലുകാച്ചു ദിവസം അതിഥികളെ സ്വീകരിക്കുന്നതിനുള്ള പരിശീലനം ജാനകി ആരംഭിച്ചുകഴിഞ്ഞു.

"ഒരു സിംപിൾ സ്മൈൽ കൂടി ആയാൽ സംഭവം കലക്കും." അമ്മയുടെ വക ജാനകിക്കുള്ള നിർദ്ദേശം.

"ഈ ചുണ്ടുംകൊണ്ട് എങ്ങനെയാണമ്മേ ജാനുവിന് ചിരിക്കാൻ പറ്റുന്നത്?" കിങ്ങിണിയുടെ സംശയം.

"ഇത്രേം നല്ല ചുണ്ട് ഇവിടെ ആർക്കാ ഉള്ളത്? ജാനകിക്ക് എല്ലാം പറ്റും. അവൾ പുലിയാണ് പുലി, അല്ലേ ജാനകി മുത്തേ..." അമ്മ ജാനകിയോട് ചോദിച്ചു.

"വെൽക്കം... വെൽക്കം..." അമ്മ അവളെ പുകഴ്ത്തിയത് അവൾക്ക് വളരെ ഇഷ്ടപ്പെട്ടു. അല്ലെങ്കിലും അമ്മ എപ്പോഴും ജാനകിയെ പുകഴ്ത്താറേയുള്ളൂ.

മുത്തശ്ശി ഹരിഹരന്റെയും അനിരുദ്ധന്റെയും കഥയൊക്കെ പറഞ്ഞെങ്കിലും വിനയനെ തിരിച്ചുകൊടുത്തതുപോലെ ജാനകിയെ

തിരിച്ച് അവളുടെ മാതാപിതാക്കൾക്ക് കൊടുക്കുന്ന ലക്ഷണമൊന്നും അമ്മ കാണിക്കുന്നില്ല. മുത്തശ്ശിയോടൊപ്പം അമ്മയും ഞാനും കിങ്ങിണിയും രണ്ടുമൂന്ന് ദിവസം മുറ്റത്തെ മാവിൽ നിരീക്ഷണം നടത്തിയപ്പോൾ മുത്തശ്ശി പറഞ്ഞത് സത്യമാണെന്നു മനസ്സിലായി. മാവിലകൾക്കിടയിൽ രണ്ട് തത്തകൾ ജാനകിയെ നോക്കി ഇരിക്കുന്നുണ്ട്.

"ജാനകി അവരെ കണ്ടിട്ടുണ്ടാകുമോ?" കിങ്ങിണിയുടെ സംശയം. "അവരെക്കണ്ടാൽ അവൾക്ക് പോകാൻ തോന്നില്ലേ?"

"എടീ കിങ്ങീണീ, ഒരുപാടുവലിയ കാര്യങ്ങൾ ആലോചിച്ച് നീ തല പുണ്ണാക്കണ്ട. എന്ത് വേണമെന്നു വെച്ചാൽ അതു ഞാനും എന്റെ ജാനകിയും കൂടി അങ്ങ് തീരുമാനിച്ചോളാം." കിങ്ങിണിയുടെ സംശയം അമ്മ മുളയിലേ നുള്ളിക്കളഞ്ഞു.

വീട് പാലുകാച്ചലിന് ഇനി മൂന്ന് ദിവസമേ ബാക്കിയുള്ളൂ. ഏതാനും ബന്ധുക്കളെയും അച്ഛന്റെയും അമ്മയുടെയും അടുത്ത ചില സുഹൃത്തുക്കളെയും ക്ഷണിച്ചിട്ടുണ്ട്. അമ്മാവനും അമ്മായിയും സൗരവും തലേ ദിവസംതന്നെ വരുമെന്ന് അമ്മയെ അറിയിച്ചിട്ടുണ്ട്.

"എന്തായാലും ഇത്തവണ സൗരവ് ഇവിടുന്ന് പെട്ടെന്ന് തിരിച്ചു പോകുമെന്ന് തോന്നുന്നില്ല." ഞാൻ പറഞ്ഞു.

"ശരിയാണ് ജാനകി മാത്രമല്ലല്ലോ ഇവിടെ ഇപ്പോൾ, നിറയെ പക്ഷികളല്ലേ? പോരെങ്കിൽ ഛിൽഛിലും. എല്ലാരേയുംകൂടെ ഒന്നിച്ചു കാണുമ്പോൾ അവൻ അതിശയപ്പെട്ടു പോകും." കിങ്ങിണി ഉറപ്പിച്ചു.

പാലു കാച്ചുന്നതിന്റെ തലേ ദിവസവും അമ്മയും ജാനകിയും പക്ഷികളും ഛിൽഛിലും എന്നത്തേയും പോലെ പുതിയ വീട്ടിലേക്കു പോയി. അവിടുത്തെ അവസാനവട്ട മിനുക്കുപണികളും കഴിഞ്ഞ് അമ്മയും 'സൈന്യവും' സന്ധ്യയോടുകൂടി തിരിച്ചെത്തി. ജാനകിയോടും അമ്മയോടും 'നാളെ കാലത്തെ തന്നെ എത്താം' എന്ന് പറഞ്ഞ് പക്ഷികളും അണ്ണാനും സന്തോഷത്തോടെ അവരവരുടെ താവളങ്ങളിലേക്കു മടങ്ങി.

മുത്തശ്ശി ഈ വക കാര്യങ്ങളൊന്നും രണ്ട് ദിവസമായി ശ്രദ്ധിക്കുന്നില്ല. വൈകുന്നേരമായാൽ ഭാഗവതം തുറന്നുവച്ച് ഒറ്റ ഇരുപ്പാണ്. അമ്മയോടും ജാനകിയോടും വലിയ സംസാരത്തിനൊന്നും നിൽക്കാറില്ല. അമ്മ എന്തെങ്കിലും ചോദിച്ചാൽ ചോദിച്ചതിനു മാത്രം മറുപടി.

"മുത്തശ്ശിക്ക് എന്തുപറ്റി അമ്മേ?" ഭക്ഷണം കഴിച്ച ശേഷം

ഡൈനിംഗ് ടേബിളിൽ നിന്ന് പാത്രങ്ങളെടുത്ത് അടുക്കളയിൽ കൊണ്ടുവെയ്ക്കുന്നതിനിടെ ഞാൻ അമ്മയോടു ചോദിച്ചു.

“മുത്തശ്ശി ഇങ്ങനെ വല്ലാണ്ടിരിക്കുന്നതു കാണുമ്പോൾ എനിക്കും എന്തോപോലെ തോന്നുന്നു.” മുത്തശ്ശിയുടെ കാര്യത്തിൽ കിങ്ങിണിക്കും ഉണ്ടായിരുന്നു വിഷമം.

“മുത്തശ്ശിയുടെ ഉള്ളിൽ ഒരു അമ്മ ഇരുന്ന് സങ്കടപ്പെടുന്നുണ്ട്. അതാണ് മുത്തശ്ശി ഇങ്ങനെ ഗൗരവം പിടിച്ചിരിക്കുന്നത്.” പാത്രങ്ങൾ കഴുകി സ്റ്റാൻഡിൽ വെയ്ക്കുന്നതിനിടെ അമ്മ പറഞ്ഞു.

“മുത്തശ്ശിയുടെ ഉള്ളിൽ അമ്മയോ?” കിങ്ങിണിക്ക് മനസ്സിലായില്ല.

“ഊം... എന്നെപ്പെറ്റ് വളർത്തിയ എന്റെ അമ്മയല്ലേ മുത്തശ്ശി. ആ അമ്മയുടെ മനസ്സ് സ്വന്തം കുഞ്ഞിനെ തിരിച്ചുകിട്ടാനായി മുറ്റത്തെ മാവിൽ വന്നിരിക്കുന്ന മറ്റൊരു അമ്മയുടെയും അച്ഛന്റെയും വിഷമം പങ്കുവെയ്ക്കുകയാണ്.” അമ്മ പറഞ്ഞു.

“അയ്യോ, ഇനി ഇപ്പോൾ എന്താ ചെയ്യാൻ പറ്റുക?” കിങ്ങിണി അമ്മയോട് ചോദിച്ചു.

“അതിന് നമ്മൾ പരിഹാരം കണ്ടെത്തിയേ പറ്റൂ. നമുക്ക് നോക്കാം.” അമ്മ അടുക്കളയുടെ സ്ലാബും സ്റ്റൗവും സിങ്കുമെല്ലാം തുടച്ച് വൃത്തിയാക്കി തുടച്ച തുണിക്കഷണം ജനാല കമ്പിയിൽ വിടർത്തിയിട്ട് അടുക്കളയിലെ ലൈറ്റും ഓഫ് ചെയ്ത് പുറത്തിറങ്ങി. ഈ സമയം ഇറയത്ത് അച്ഛന്റെ ചുമലിൽ കയറി ഇരുന്ന് അച്ഛനോട് ഓരോരോ നാട്ടുവർത്തമാനങ്ങൾ പറയുകയായിരുന്നു ജാനകി.

“ഈ ഇറയത്തേയും പുറത്തേയും ലൈറ്റ് ഞാനൊന്നണച്ചോട്ടെ.” ജാനകിയെ അച്ഛന്റെ ചുമലിൽ നിന്നെടുത്ത് സ്വന്തം ചുമലിൽ ഇരുത്തിയ ശേഷം അമ്മ മുത്തശ്ശിയോടും അച്ഛനോടും ചോദിച്ചു.

എല്ലാ ലൈറ്റുകളും അണച്ചുകഴിഞ്ഞപ്പോഴാണ് പുറത്ത് പരന്നു കിടക്കുന്ന നിലാവിന്റെ വെളിച്ചം എത്രത്തോളമുണ്ടെന്ന് കാണാനായത്. എന്തു ഭംഗിയാണ് നിലാവിന്! മുറ്റത്ത് നിൽക്കുന്ന ചെടികളുടെ ഓരോ ഇലകളിലും കണ്ണാടിപോലെ നിലാവ് വീണു തിളങ്ങുകയാണ്. മുറ്റത്തെ കല്ലുകളും മതിലും ഗേറ്റും അപ്പുറത്തുള്ള വീടുകളും മരങ്ങളും ഒക്കെ നിലാവിൽ എല്ലാം മറന്നപോലെ ലയിച്ചു നിൽക്കുകയാണ്. അമ്മ ജാനകിയെയും ചുമലിലിരുത്തി പുറത്തേക്കിറങ്ങി. ഞാനും കിങ്ങിണിയും മുത്തശ്ശിയും അച്ഛനും സിറ്റൗട്ടിൽ നിന്ന് അമ്മയെ നോക്കി.

“അമ്മ എന്താണ് ചെയ്യാൻ പോകുന്നത്?” ഞങ്ങൾക്ക് ഒന്നും മനസ്സിലായില്ല.

അമ്മ നേരെ നടന്നുചെന്നത് മുറ്റത്ത് നിൽക്കുന്ന മാവിന്റെ ചുവട്ടിലേക്കാണ്. ജാനകി അമ്മയോട് എന്തൊക്കെയോ ചോദിക്കുന്നുണ്ട്. അമ്മ പക്ഷേ മറുപടിയൊന്നും പറയുന്നില്ല. പകരം മാവിന്റെ ഉയരെയുള്ള ചില്ലകളിലേക്ക് നോക്കിനിൽക്കുകയാണ്.

“ആരെയും കാണുന്നില്ലല്ലോ? ഇനി ആ തത്തകൾ പോയിക്കാണുമോ?” ഇലകൾക്കിടയിൽ നിന്നും അനക്കമൊന്നും കാണാതായപ്പോൾ അച്ഛൻ സംശയം പ്രകടിപ്പിച്ചു.

പെട്ടെന്നതാ മാവിന്റെ ഉയരെയുള്ള ചില്ലയിൽ നിന്നും രണ്ടിലകൾ അടർന്ന് താഴേക്ക് വീഴുന്നു. പിന്നാലെ രണ്ട് തത്തകൾ മാവിലകൾക്ക് പുറത്തേക്ക് പറന്ന് വന്നു. അവർ ജാനകിയെത്തന്നെ നോക്കിക്കൊണ്ട് മാവിന്റെ താഴ്ഭാഗത്തെ ചില്ലയിൽ ഇരുന്നു.

ജാനകി കുറേനേരം ആ തത്തകളെ നോക്കി. എന്നിട്ട് അവൾ അമ്മയുടെ ചുമലിലിൽ നിന്നും ഇറങ്ങി അമ്മയുടെ നെഞ്ചിൽ മുഖം ചേർത്തുവെച്ച് ഇരിപ്പായി. അമ്മ അവളെ ദേഹത്തോട് അമർത്തിപ്പിടിച്ചു. എന്നിട്ട് അവളുടെ കാതിൽ പറഞ്ഞു: “ഇവരാണ് എന്റെ ജാനകി മോളുടെ അച്ഛനും അമ്മയും.”

ജാനകി നിഷ്കളങ്കമായി അമ്മയുടെ മുഖത്തേക്ക് നോക്കി.

ഈ അമ്മയല്ലാതെ വേറെ അമ്മയും വേറെ അച്ഛനും ആരാണവൾക്കുള്ളത് എന്നായിരുന്നു ആ നോട്ടത്തിന്റെ അർത്ഥം. ആ നോട്ടത്തിനു മുന്നിൽ അമ്മയ്ക്ക് മറ്റൊന്നും പറയാൻ കഴിഞ്ഞില്ല. അമ്മയുടെ കണ്ണുകൾ നിറഞ്ഞു. അതു കണ്ടിട്ടാകണം മാവിന്റെ താഴത്തെ ചില്ലയിൽ നിന്നും രണ്ടു തത്തകളും ചിറകടിച്ച് പറന്ന് മാവിലകൾക്കുള്ളിലേക്ക് മറഞ്ഞു.

ഈ സന്ദർഭത്തിൽ ഒന്നും പറയാൻ ഇല്ലാത്തപോലെ നിലാവും വേഗം വെളിച്ചം കെടുത്തി ആകാശത്തിന്റെ മറ്റേതോ ചെരിവിലേക്ക് പിൻവലിഞ്ഞു.

“വെൽക്കം... വെൽക്കം എല്ലാവർക്കും വെൽക്കം.” സിറ്റൗട്ടിലെ ഗ്രില്ലിന് മുകളിൽ കയറി നിന്ന് ജാനകി പാലുകാച്ചലിന് വന്ന അതിഥികളെ സ്വാഗതം ചെയ്തു. അന്ന് വീട്ടിൽ വന്ന എല്ലാവരുടേയും അതിശയവും ആകർഷണവും ജാനകി ആയിരുന്നു. എല്ലാവരേയും അവൾ ചിറകു നീട്ടി ഹസ്തദാനം ചെയ്താണ് വീടിനുള്ളിലേക്ക് ക്ഷണിച്ചത്. വീട്ടിൽ വന്ന എല്ലാ ആളുകളും ജാനകിയോടും കൂട്ടുകാരോടും ഒപ്പം നിന്ന് സെൽഫി എടുത്തിട്ടാണ് പോയത്. പലരും അമ്മയോട് അസൂയപ്പെടുകപോലും ചെയ്തു.

"ഗീതേ, ഈ ജാനകിയെ നിനക്ക് കിട്ടിയത് ഭാഗ്യം തന്നെയാണ് കേട്ടോ." "ഇത്തരത്തിൽ ബുദ്ധിയും ഇണക്കവുമുള്ള ഒരു തത്തയെ ഞാൻ ഇതിനു മുൻപ് കണ്ടിട്ടില്ല." "ഇതിനെ കൊടുക്കാൻ ഉദ്ദേശിക്കുന്നെങ്കിൽ ഞങ്ങൾക്ക് തന്നെ തന്നേക്കണേ." ഈ വിധത്തിൽ ആയിരുന്നു ആളുകളുടെ അഭിപ്രായങ്ങൾ.

"ആളുകൾ കരുതും ജാനകി ഒരു തത്തയാണെന്ന്. ഇവളെന്റെ മോളാണെന്ന് അവർക്കറിയില്ലല്ലോ" തിരക്കെല്ലാം ഒഴിഞ്ഞപ്പോൾ ജാനകിയെ എടുത്ത് അല്പം ഭക്ഷണം വാരിക്കൊടുക്കുന്നതിനിടെ അമ്മായിയോട് അമ്മ പറഞ്ഞു. അമ്മ ജാനകിയെ ഭക്ഷണം കഴിപ്പിക്കുന്നതും കുരുവികളും പ്രാവുകളും ഉപ്പനും ഛിൽഛിലുമൊക്കെ അമ്മയുടെ അടുത്ത് വന്ന് ഭക്ഷണം വാങ്ങിക്കഴിക്കുന്നതുമൊക്കെ കണ്ട് സൗരവ് വായും പൊളിച്ച് നിന്നുപോയി.

"ഇവൻ ഇനി ഇവിടുന്ന് ഉടൻ മടങ്ങിവരുമെന്ന് തോന്നുന്നില്ല." സൗരവിന്റെ ആ നിൽപ് കണ്ട് അമ്മവാൻ പറഞ്ഞു.

അന്ന് രാത്രിയിൽ ഞങ്ങളുടെ പുതിയ വീടിന്റെ സിറ്റൗട്ടിൽ ജാനകിയുടെ ഗംഭീരപെർഫോമൻസാണ് അരങ്ങേറിയത്. ഇംഗ്ലീഷ് വാർത്തവായന, മിമിക്രി, ഫാഷൻഷോ... അമ്മ പറയുന്നതിനനുസരിച്ച് അവൾ കാണിക്കുന്ന വിക്രിയകൾ കണ്ടാൽ ആരും മൂക്കത്ത് വിരൽ വെച്ചുപോകും. 'വാർത്ത വായിച്ചേ മോളേ' എന്ന് പറഞ്ഞപ്പോൾ ഉടൻതന്നെ ഗൗരവത്തിൽ മുന്നോട്ട് നോക്കി ഇരുന്ന് ഒറ്റ ശ്വാസത്തിൽ കുറേ വാർത്തകൾ ഒന്നിച്ച് അവതരിപ്പിച്ചു കളഞ്ഞു. "മിമിക്രി കാണിച്ചേ" എന്ന് പറഞ്ഞപ്പോൾ പതിയെ ഒരു വശത്തെ ചിറക് ചെരിച്ച് പിടിച്ച് ചുറ്റിലും നോക്കി ആടി അലഞ്ഞ് ഒരു നടത്തം. "ലാലേട്ടൻ... സൂപ്പർ... സൂപ്പർ" അമ്മ ആ നടപ്പിനെ പ്രോത്സാഹിപ്പിച്ചു. ഫാഷൻ ഷോ കാണിക്കാൻ പറഞ്ഞപ്പോൾ കഴുത്തൊക്കെ ഉയർത്തിപ്പിടിച്ച് കാലൊക്കെ നീട്ടിവച്ച് നേർവരയിലൂടെ അതാ നടന്നു വരുന്നു ഒരു മോഡൽ! അമ്മാവനും അച്ഛനും ഒക്കെ വിളിച്ചിട്ടുപോലും ജാനകി അവരെ നോക്കിയതേയില്ല. ഒരു വശത്തു നിന്നു നടന്ന് ഭിത്തിയിൽ മുട്ടാറായപ്പോൾ തിരിച്ച് അതുപോലെ നടന്ന് അമ്മയുടെ അടുത്തേക്ക് ചെന്നു. "സൂപ്പർ.. സൂപ്പർ..." എല്ലാവരും ഒന്നിച്ച് കൈയടിച്ച് ജാനകിയെ പ്രോത്സാഹിപ്പിച്ചു.

"ഇനി ബാക്കി നാളെയാവാം മക്കളേ... അല്ലെങ്കിൽ തളർന്നുപോകും." അമ്മ ജാനകിയെ എടുത്ത് മടിയിലിരുത്തി. അല്പനേരം കൂടി അച്ഛനോട് വർത്തമാനം പറഞ്ഞിട്ട് അമ്മാവനും അമ്മായിയും സൗരവും കിടക്കാൻ പോയി. അല്പം കഴിഞ്ഞ് അച്ഛനും എഴുന്നേറ്റു. പകലത്തെ അധ്വാനത്തിന്റെ ക്ഷീണം അച്ഛനുണ്ടായിരുന്നു.

മുത്തശ്ശിയുടെ മടിയിൽ തലവെച്ച് കിടന്ന് ഉറങ്ങാൻ തുടങ്ങിയ കിങ്ങിണിയെ അമ്മ കുറെ നേരത്തെതന്നെ കട്ടിലിൽ കൊണ്ട് കിടത്തിയിരുന്നു.

സിറ്റൗട്ടിൽ മുത്തശ്ശിയും അമ്മയും ഞാനും ജാനകിയും മാത്രമായി.

ജാനകിയും ഏറെത്താമസിയാതെ അമ്മയുടെ കൈയ്യിലിരുന്ന് ഉറക്കമായി. അമ്മ പതുക്കെ ജാനകിയുടെ നെറുകയിൽ തലോടുന്നുണ്ടായിരുന്നു. ജാനകിയെ ഉണർത്താതെ അമ്മ അവളുടെ നെറ്റിയിൽ ഒരു ഉമ്മ കൊടുത്തു. എന്നിട്ട് അവളെയും എടുത്ത് പഴയ വീടിന്റെ മുറ്റത്തേക്ക് നടന്നു. പിന്നാലെ ഞാനും മുത്തശ്ശിയും ചെന്നു.

ചൈത്രമാസത്തിലെ പൂർണ്ണചന്ദ്രൻ ഞങ്ങളുടെ മുറ്റത്തെ മാവിന്റെ മുകളിൽ ഒരു താഴികക്കുടംപോലെ തിളങ്ങി. അമ്മ മാവിൻ ചുവട്ടിലേക്ക് ചെന്നു. ജാനകിയെ ഉണർത്താതെ അമ്മ അവളെ എടുത്ത് താഴത്തെ മാവിൻചില്ല രണ്ടു ശാഖകളായി പിരിയുന്നിടത്ത് ഭദ്രമായി ഇരുത്തി. എന്നിട്ട് അമ്മ അല്പം മാറിനിന്നു.

ഏതാനും നിമിഷങ്ങൾ കഴിഞ്ഞു.

മാവിലകൾക്ക് ജീവൻ വെച്ചതുപോലെ ഒരു കാറ്റ് പതുക്കെ വീശി. ആ കാറ്റിനൊപ്പം ജാനകിയുടെ അച്ഛനും അമ്മയും മാവിലകൾക്കു വെളിയിലേക്ക് പറന്നുവന്നു. അവർ ജാനകിയുടെ ഇരുവശത്തുമായി ഇരുന്നു. ജാനകിയുടെ അമ്മ അതിന്റെ കൊക്കുകൊണ്ട് ജാനകിയുടെ നെറ്റിയിൽ മൃദുവായി ഒന്നു തൊട്ടു. പിന്നാലെ അവളുടെ അച്ഛനും മകൾക്ക് ഒരു ഉമ്മ കൊടുത്തു.

ആ രണ്ട് പക്ഷികളും ഒരിക്കലും തീരാത്ത നന്ദിയോടെ അമ്മയെ നോക്കി.

അമ്മയും അവരെ നോക്കി പുഞ്ചിരിച്ചു.

“പ്രകൃതിക്ക് ഒരു നിയമമുണ്ട്. അത് നമ്മളായിട്ട് തെറ്റിക്കാൻ പാടില്ലെടാ കുട്ടപ്പാ.” എന്റെ അടുത്തേക്ക് നടന്നുവന്ന് സങ്കടം വന്നു തുളുമ്പിയ എന്റെ കണ്ണുകൾ തുടച്ചുകൊണ്ട് അമ്മ എന്നെ ആശ്വസിപ്പിച്ചു.

“അതിന് ജാനകി എങ്ങും പോയിട്ടില്ലല്ലോ, അവൾ നമ്മളോടൊപ്പം തന്നെ ഇല്ലേ? അവളെക്കൂടാതെ അവളുടെ അച്ഛനും അമ്മയും അവരുറങ്ങുന്ന മാവും അതിനെ തഴുകുന്ന കാറ്റും നിലാവും പ്രകൃതിയും എല്ലാം ഇപ്പോൾ നമ്മുടേതായില്ലേ.” തിരിച്ചുനടക്കുന്നതിനിടെ മുത്തശ്ശി പറഞ്ഞു.

■